யுத்தம் என்பது . .

வல்லபாய்

பாரதி
புத்தகாலயம்

Yuththam Enpathu . . (Noval) (In Tamil)
VALLABAI
First Published : November, 2022

Published by

BHARATHI PUTHAKALAYAM
7, Elango Salai, Teynampet, Chennai - 600 018
Email: bharathiputhakalayam@gmail.com | www.thamizhbooks.com

யுத்தம் என்பது . . *(நாவல்)*
வல்லபாய்
முதற் பதிப்பு : நவம்பர், 2022

வெளியீடு

பாரதி புத்தகாலயம்

7, இளங்கோ சாலை, தேனாம்பேட்டை, சென்னை - 600 018.
தொலைபேசி : 044 24330024, 24330024 விற்பனை: 24332924.

விற்பனை நிலையங்கள்

அருப்புக்கோட்டை: *கதவுஎண் 49 A/4 மெயின் ரோடு, தெற்கு தெரு - 9994173551*
ஈரோடு: *39: 39 ஸ்டேட் பாங்க் சாலை - 9245448353*
கரூர்: *நாரத கானசபா அருகில் (TNGEA OFFICE)- 9442706676*
காரைக்குடி : *12, 2 வது தெரு, கம்பன் மணிமண்டபம் பின்புறம் - 9443406150*
கும்பகோணம்: *352, ரயில் நிலையம் எதிரில் - 9443995061*
கோவை: *77, மசக்காளிபாளையம் ரோடு, பீளமேடு - 8903707294*
சிதம்பரம்: *22A / 18B தேரடி கடைத் தெரு, கீழவீதி அருகில் - 9994399347*
செங்கல்பட்டு: *1 D ஜி.எஸ்.டி சாலை - 044 27426964*
சேலம்: *15, வித்யாலயா சாலை சாலை | பாலம் 35, அத்வைத ஆஸ்ரமம் சாலை 0427 2335952*
தஞ்சாவூர்: *காந்திஜி வணிக வளாகம் காந்திஜி சாலை - 9655542400*
திண்டுக்கல்: *பேருந்து நிலையம் - 9942331105, 9976053719*
திருச்சி: *வெண்மணி இல்லம், கரூர் புறவழிச்சாலை - 9994289492*
திருநெல்வேலி: *25A, ராஜேந்திரநகர் - 9442149981*
திருப்பூர்: *447, அவினாசி சாலை - 9486105018*
திருவண்ணாமலை: *முத்தம்மாள் நகர்*
திருவல்லிக்கேணி: *48, தேரடி தெரு - 9444428358*
திருவாரூர்: *35, நேதாஜி சாலை - 9442540543*
நாகர்கோவில்: *699 கே.பி.ரோடு R.V.புரம் - 9443450111*
நெய்வேலி: *பேருந்து நிலையம் அருகில், - 9443659147*
பழனி: *பேருந்து நிலையம் அருகில் - 7010760693*
பாண்டிச்சேரி : *கிழக்கு கடற்கரைச்சாலை, இலாசுப்பேட்டை, 9486102777*
பெரம்பூர்: *52, கூக்ஸ் ரோடு - 9444373716*
மதுரை: *37A, பெரியார் பேருந்து நிலையம் - 045 22324674 & சர்வோதயா மெயின்ரோடு*
வடபழனி: *பேருந்து நிலையம் எதிரில் அடையார் ஆனந்தபவன் மாடியில் - 9444476967*
விருதுநகர்: *131, கச்சேரி சாலை - 0456 2245300*
வேலூர்: *பேஸ் III, சத்துவாச்சாரி - 9442553893*

நினைத்த நூல்கள்... நினைத்த நேரத்தில்... BharathiTV | www.bookday.in

thamizhbooks.com 8778073949

அச்சு : பிரிண்டெக், சென்னை - 600 005.

தலைநகர் டெல்லியில் எரிக்கும் வெயிலிலும், உறையும் குளிரிலும்
தேசத்தின் ஜீவாதாரத் தேவைகளுக்கான போராட்டத்தில்
இன்னுயிர் நீத்த தியாகிகளுக்கும்,
விவசாயப் போராளிகளுக்கும்
சமர்ப்பணம்.

‘ஜெய் கிஸான்’ என முழங்கும் ஒரு ஜவான்

2020 நவம்பர் 25 ஆம் தேதி துவங்கிய விவசாயிகளின் டெல்லி முற்றுகைப் போர் ஓராண்டைத்தாண்டி நீடித்து (இந்திய உழைக்கும் மக்களின் வரலாற்றில் ஒரு முத்திரை பதித்து வெற்றி கண்டது. விவசாயிகளின் இந்த வீரம் மிக்க எழுச்சி குறித்துத் தமிழில் எண்ணற்ற கவிதைகள் வெளிவந்துவிட்டன. இப்போது முதன் முதலாக அப்போராட்டமும் இந்தியாவின் விவசாயச் சிக்கல்களும் நெருக்கடிகளும் ஒரு நாவலின் பேசுபொருளாக ஆகியிருக்கின்றன.

சிறுகதை எழுத்தாளராகத் தன் இலக்கியப்பயணத்தைத் தொடங்கிய தோழர் வல்லபாயின் முதல் நாவலான “யுத்தம் என்பது..” ஜெயந்த் என்கிற ராணுவ அதிகாரியைக் கதாநாயகனாகக் கொண்டு நகர்கிறது. ராணுவத்திலிருந்து திரும்பி வந்து தன் கிராமத்தில் விவசாயத்தில் ஈடுபடும் கனவுடன் திட்டத்துடன் இருக்கும் ஒரு கட்டத்தில் நாவல் துவங்குகிறது.

ஜெயந்த்தின் இணையரான சுமதிக்கு இதுபற்றிக் கேள்விகள் உண்டு. லாபமே இல்லாத, போட்ட முதலைக்கூட எடுக்க முடியாத இந்த விவசாயத்தைத் தன் அப்பா தொடர்வது ஏன் என்கிற கேள்வி அவளுக்கு உண்டு. கௌரவத்துக்காகத்தான் இதைத் தொடர்கிறாரா? இந்தக் கௌரவம் என்பது நில உடமை உறவுகளின் பிரிக்க முடியாத ஜபர்தஸ்தா? அதையே தன் இணையர் ஜெயந்த்தும் நாடுகிறாரே?

அவளுடைய அப்பாவே ஒருநாள் பதில் சொல்கிறார்: “ஓடிக்கிட்டே இருக்கணும் தாயி.அப்பத்தான் சோறும் தூக்கமும் ரசிக்கும்.இல்லேன்னா சீக்காயிரும். நெசம்தான். இந்தக் கண்ணாமூச்சி விளையாட்டில் ஒரு சுகம்தான். உழவை எல்லோரும் சுமையா நெனச்சிட்டா ஊர் முச்சூடும் சோத்துக்கு என்ன பண்ணும் தாயி”

ஜெயந்த்தின் குடும்பம் ஊரில் பெரிய பண்ணையார் குடும்பம். நிலப்பிரபுத்துவக் கலாச்சாரத்தில் ஊறிய குடும்பம். ஜெயந்த்தின் பெரியப்பாதான் நடுவூர்ப் பெரிய பண்ணை. பண்ணையில் வேலை பார்க்கும் கூலித்தொழிலாளர்களின் எல்லாப் பஞ்சாயத்துக்களையும் நடத்தித் தீர்ப்பு வழங்கும் இடத்தில் இருக்கிறார். கல்வி கேள்விகளால் ஜனநாயக யுகத்தின் மனிதனாக

வளர்ந்திருக்கும் ஜெயந்த் இதை ஏற்க முடியாமல் கேள்வி கேட்கிறான். தாத்தா காலத்தில் இந்த நாற்காலிக்குப் பக்கத்தில் ஒரு பிரம்பும் இருந்தது. தன் காலத்தில் பிரம்பு போய்விட்டது. நாற்காலி மட்டும் மிஞ்சி இருக்கிறது. உன் காலத்தில் இந்த நாற்காலியும் இருக்காது. பதினஞ்சு பேர் வேலை பார்த்த இடத்தில் இப்ப ஒரே ஒரு ட்ராக்டர் மட்டும் நிக்குது. இந்தத்தொழிலாளிகளின் அடுத்த தலைமுறை சேத்துக்கு வராது. வேற வேலைகளுக்குப் போயிரும். என்று தன் பஞ்சாயத்தை நியாயப்படுத்தவும் செய்கிறார். அது முடிவுக்கு வரப்போகிறது என்பதையும் சொல்கிறார்.

காலமாற்றத்தைப் பதிவு செய்கிற நாவலாக இந்நூல் அமைகிறது. இதே போன்ற விவசாயக்குடும்பத்தில் பிறந்த ஜெயந்த்தின் இணையர் சுமதி தான் தன் பாட்டி, அம்மாக்களைப்போல ஒரு 'சமைத்துப்போடும் மனைவியாக' வாழ்ந்து முடிந்துபோகக் கூடாது என்பதில் உறுதியாக இருக்கிறாள். நாவல் முழுக்க அவள் தனக்கான அடையாளத்தைத் தேடுபவளாகவும், ஜெயந்த் அவளுடைய கனவுகளுக்கு ஆதரவாக நிற்பவனாகவும் படைத்திருப்பது ஆறுதல் அளிக்கிறது. சுமதியைப் படிக்க வைக்க பாட்டி நடத்தும் போராட்டம் மனம் கொள்ளத்தக்கதாக விரிகிறது. நாவலின் சுருக்கமான அளவு இப்பெண்களின் மன உலகத்தை விரிவாகப் பேச இடம் தராமல்போனது ஏமாற்றமே.

ஜெயந்த்தின் விவசாயக் கனவை முன் வைத்து இந்திய விவசாயம் சந்திக்கும் நெருக்கடிகள் அலசப்படுவதும், நீர் மேலாண்மை உள்ளிட்ட சில விவசாய முறைகளின் மாற்றம் குறித்து விவாதிக்கும் இடங்கள் நாவலின் மையமான பகுதியாக அமைகின்றன. உலக அளவில் இஸ்ரேலின் நீர் மேலாண்மை, நைல் நதியைப் பதினேழு நாடுகள் பங்கிட்டுக்கொண்டுள்ள உண்மை போலப் பலவும் விவாதிக்கப்படுகின்றன. அதே சமயம் ஏகாதிபத்தியங்களிடம் மண்டியிடுகிற ஒன்றிய அரசை எதிர்த்துப் போராடாமல் ஆர்கானிக் ஓடுகளுக்குள் தலையைப் புதைப்பது சரியா என்று நவீன முறைகளுக்கு ஆதரவான குரலையும் எழுப்புகிறார். இந்தப்பகுதி, இன்றைய சூழலில், விமர்சிக்கவும் விவாதிக்கவும் இடம் தருகிறது.

பயிர் வளர்க்கும் அன்றாடப் போராட்டத்தில் நிற்கும் விவசாயிக்கும் எல்லையில் என்றைக்கோ வரப்போகும் எதிரிக்காக

விழிப்புடன் காத்திருக்கும் ராணுவ வீரனுக்கும் பணியில் அதிக வித்தியாசமில்லை என உணர்கிறான் ஜெயந்த்.'' போர் முனையின் வெற்றிக்கு உத்தரவாதமான ஏர் முனையின் பங்களிப்பு எவ்வளவு அவசியமோ, அதே அளவு வளம் கொழிக்கும் விவசாயத்தின் உத்தரவாதத்திற்கு அமைதியுமான எல்லையுமாய் ஒன்றுக்கொன்று ஒன்றை ஒன்று சார்ந்த விஷயங்கள்தான்'' என்கிற புரிதல் அவனுக்கு இருக்கிறது. எனவே, சீருடையைக் கழட்டியபின் வயல்வெளியில் இறங்குவது இயல்பானதாகவே இருக்கும் என நம்புகிறான்.

விவசாயத்தின் மீது நம்பிக்கை வைக்கும் ஒரு கதாபாத்திரத்தைக் கதையின் நாயகனாகப் படைத்து, அவநம்பிக்கை அலையடிக்கும் இந்த நாட்களில் ஒரு நம்பிக்கை விதையைத் தூவுகிறார் நாவலின் ஆசிரியர். டெல்லியில் முற்றுகையிட்டிருக்கும் விவசாயிகள் பற்றியும் ஏனென்று கேட்க மறுக்கும் மோடி அரசு பற்றியும் நடுவூர் விவசாயிகள் விவாதிக்கிறார்கள்.

போர்க்களத்தில் காயப்பட்டு மருத்துவ சிகிச்சையில் எல்லையில் இருக்கும் ஜெயந்த்தை கவனித்துக்கொள்ள சுமதியும் குழந்தை வசந்தும் சென்று இணையும் காட்சிகள் நாவலில் நம்மை நெகிழவைக்கும் பகுதியாகும்.

நாவலின் துவக்கத்திலிருந்தே போருக்கு எதிரான வாதங்கள் முன் வைக்கப்படுகின்றன. உறுத்தாமல், நெருடல் இல்லாமல் வாதங்களை வைத்திட நாவலாசிரியர் எடுத்துக்கொண்டுள்ள அக்கறை பாராட்டத்தக்கது. இது போன்ற விவாதத்தைத் தூண்டும் நோக்குடன் எழுதப்படும் படைப்புகள் அழகியலைக் கோட்டை விட்டுவிட்டுச் சரிந்துபோவதை நாம் பார்த்திருக்கிறோம். அந்த விபத்து நேராவண்ணம் நாவலை வல்லபாய் கொண்டு சென்றிருக்கிறார்.

சமூக வெளியிலும் யுத்தம் தொடரும் ராணுவத் தளபதியாக ஜெயந்த் வெளிப்படுவதோடு நாவல் முடிவது நம்பிக்கை அளிப்பதுடன், வேளாண் சட்டங்களுக்கு எதிராக வீரச்சமர் புரியும் இந்திய விவசாயிகளுக்கு மரியாதைசெய்து ஒரு சல்யூட் அடிப்பதாகவும் அமைகிறது.

வாழ்த்துகள் வல்லா.

தோழமையுடன்,

ச.தமிழ்ச்செல்வன்

சிவகாசி-626124

27-10-2022

என்னுரை

'நாவல்' தளத்தில் இது என் முதல் முயற்சி. அச்சாகி நூலாய் வடிவெடுக்கும் என் முதல் படைப்பும் இதுதான்.

"நீங்கள் ஏன் ஒரு நாவல் முயற்ச்சிக்கக் கூடாது?" என்று சிறு கதைகளோடு திருப்தியாகியிருந்த என் களத்தில் முதல் கல்லை வீசி உசுப்பிவிட்டு விடை பெற்றுச் சென்றுவிட்ட, போராட்டப் பாதையில் பலருக்கும் எனக்கும் ஆதர்சமான அருமைத் தோழர், அன்புச் சோதரர் கோவில்பட்டி பால்வண்ணம் அவர்களை இந்த நேரத்தில் நெஞ்சு நிறையும் ஈரத்துடன் நினைவுகூர்கிறேன். இந்த முயற்சி எழுதுகோலில் கசிந்து கொண்டிருக்கும்போதே காலம் அவரைக் கவர்ந்து கொண்டது.

கேட்பதற்கு எவருமற்ற விரிந்த ராஜ பாதையை பகாசுர நிறுவனங்களுக்குத் திறந்துவிட்டோம் என்ற இறுமாப்பில் பயணித்த மத்திய அரசின் பொருளாதார சீர்திருத்த(?) குதிரைகளுக்கு கடிவாளமிட்ட தேசத்தின் விவசாயிகளின் எழுச்சி; இந்திய உழைக்கும் மக்கள் வரலாற்றில் முத்திரை பதித்த அவர்களுடைய தலைநகர் முற்றுகைப் போராட்டம்; அது பற்றிய தேசத்தின் இயல்பான மந்தமான வெகு ஜன ப்ரக்ஞை – இவைகளெல்லாம் சேர்ந்து ஒரு எளிய படைப்பாளியின் அந்திமத்தில் அதிகமாய் அரற்றியதில், உறுத்தியதில் உருவானதுதான் இந்த முயற்சி. பத்து சகோதரர்களின் மூத்த அண்ணனாக அவர்களின் மொத்த நிலங்களைப் பராமரித்த ஒரு மத்தியதர விவசாயியின் கடைசி வாரிசாக, தந்தையுடன் வயல் வரப்புகளின் ஈரம் மிதித்த குறைந்த அனுபவங்கள் உண்டு. அன்றும் இன்றும் இந்திய விவசாயிகளின் வேளாண் பிரம்மப் பிரயத்தனங்கள் எனக்குப் பிரமிப்பூட்டும் சாகஸங்கள்தான். இந்திய விவசாயிகளின் இந்த மகா பெரிய வேள்வியில் இராமனுக்கு அணில் போலத்தான் இந்தச் சிறிய முயற்சி.

இந்த வெளியீட்டில் முனைப்புடன் இருந்து, தனது தீவிர இலக்கிய, இயக்க, எழுத்துப் பணிகளுக்கு மத்தியிலும் ஒன்றுக்கு

இரு முறை இதன் நகலை ஆழ்ந்து அவதானித்து, தகுதியான, தேவையான திருத்தங்கள் ஆலோசனைகளையும் அன்புடன் ஒரு அணிந்துரையும் தந்த தமிழ்நாடு முற்போக்கு எழுத்தாளர்கள் கலைஞர்கள் சங்கத்தின் மேனாள் மதிப்புறு தலைவரும் “செம்மலர்” இதழ் ஆசிரியருமான தோழர் தமிழ் செல்வன் அவர்களுக்கு என் நெஞ்சார்ந்த நன்றிகள்.

“எழுத்தைத் தொடர்வதுதான் உங்களுக்குச் சரியானது” என்று ஒரு சரியான தருணத்தில் உற்சாகப் படுத்தியவரும், என்னுடைய எல்லா முயற்சிகளையும் அவருடைய பரபரக்கும் அலுவல் நிமிஷங்களுக்கு மத்தியிலும் வாசித்து சரியான திருத்தங்களையும், ஆலோசனைகளையும் எப்பொழுதும் அன்புடன் நல்கும் தூத்துக்குடி நண்பர், தோழர், எழுத்தாளர், தொழில் முனைவர் திரு எட்வின் சாமுவேல் அவர்களுக்கும், இந்த நாவலை மெருகேற்றியதிலும் அவருடைய பெரியதும் சீரியதுமான பங்களிப்புகளையும் இந்த நேரத்தில் நன்றியுடன் நினைவு கூறுகிறேன்.

நகலை தீவிரமாய் படித்து ஆக்க பூர்வமான ஆலோசனைகள் தந்ததோடல்லாமல், மிகப் பொறுமையுடன் அத்தனை எழுத்துப் பிழைகளையும் சரி பார்த்து சீர் செய்த, தமிழ் மொழிபெயர்ப்பு முயற்சிகளில் தீவிரமாய்க் காலூன்றியிருக்கும் இலக்கிய ஆர்வலர் – ஓய்வு பெற்று தலைநகர் டெல்லியிலிருந்து புலம் பெயர்ந்திருக்கும் – தென்காசி தோழர் ராஜகோபால் அவர்களுக்கு என் நன்றிகள்.

உரிமையுடனான என் நச்சரிப்புகளுக்கு அன்பு, நட்பு, தோழமையுடன் இணங்கி இதன் பிரதிகளை வாசித்து ஆலோசனைகள் வழங்கி உற்சாகமூட்டிய தமிழ்நாடு முற்போக்கு எழுத்தாளர் கலைஞர்கள் சங்க மேனாள் தூத்துக்குடி மாவட்டச் செயலாளர் தோழர் ஆனந்தன், தூத்துக்குடி கலை இலக்கிய பெருமன்ற முன்னணி செயல்பாட்டாளரும் நாவலாசிரியருமான தோழர் பிரபாகரன், நூலகர் தோழர் இசக்கியப்பன், உடன் பணியாற்றி ஓய்விலிருக்கும் இலக்கிய உபாசகர் நண்பர் பாலசுப்ரமணியன், நில அளவை தகவல்கள் தந்துதவிய நண்பர் ஒரத்தநாடு சம்பத், குறுகிய குடும்பச் சுற்றில் என் தீவிர வாசகரும் இணையத்தில் சில முக்கிய தேடல்களுக்கு உதவியவருமான அருமை மகன் ப்ரின்ஸ் லிவிங்க்ஸ்டன் என அனைவரையும் இந்த வேளையில் நன்றியுடன் நினைவு கூர்கிறேன்.

எல்லாவற்றுக்கும் மேலாக இதை அழகிய வடிவமைப்பில் அச்சிட்டு வெளியிட்டு வாசகர்களிடம் சேர்க்கும் மதிப்புற்குரிய பாரதி புத்தகாலய நிறுவனத்தினருக்கும், தோழர் நாகராஜன் அவர்களுக்கும் என் நெஞ்சார்ந்த நன்றிகள்.

வல்லபாய்

சென்னை,

01 10 '22.

தைரியம் எனும் அங்கிக்குள் ஒளிந்திருக்கும் பயம்தான் யுத்தமாய் வெடிக்கிறது.

– வில்லியம் வெஸ்ட்மோர்லேண்ட்

யுத்தத்திற்கான தயாரிப்புகள் மாத்திரமே உறுதியான சமாதானத்திற்கு உத்தரவாதமாகின்றன என்பதுதான் துரதிர்ஷ்டமான உண்மை.

– ஜான் எஃப் கென்னடி

1

அந்த இரயில் நிலையத்தின் பரபரப்பான நுழைவு வாயிலை விட்டு சற்று தூரம் தள்ளி, நடை மேடையின் அதிக அரவமில்லாத தூரத்தில் ஜெயந்தின் பெரிய சூட்கேஸ், ஒரு தோள்பையின் பின்னால் அவள் நிதானமாய் நின்றுகொண்டிருந்தாள். அவளையும் செல்ல மகன் வசந்தையும் விட்டு இன்னுமொரு கால நிசப்தத்திற்கு ஜெயந்தை பிரித்தெடுத்துச் செல்லும் அவனது இரயில் வருவதற்கு இன்னும் அரை மணி நேரத்திற்கு மேல் இருந்தது. விடுமுறை முடிந்து அவன் ஒவ்வொரு முறை புறப்பட்டுச் செல்லும்போதும் இரயில் நிலையத்தின் இறுதி அருகிருப்பை எப்பொழுதும் அவள் உறுதி செய்து கொள்வது வழக்கம். நீள் வசத்தில் இருந்த சூட்கேஸ் மேல் இரண்டு பக்கமும் கால்களைப் போட்டுக் கொண்டு வசந்த் குதிரைச் சவாரியில் லயித்திருந்தான். இரயில் நிலையத்தின் எல்லை இரும்புக் கிராதிகளை ஒட்டி இவளுக்குப் பின்னால் உயர்ந்து பரந்து கிளைகளைப் பரப்பியிருந்த அரசமரத்தின் பளபளக்கும் இலைகளின் ஊடாக மாலை வெயிலின் ஒளிக் கீற்றுகள் நடனமாடிக் கொண்டிருந்தன. அடையும் நேரத்தில் தங்களின் பசுமை மாளிகைக்குத் திரும்பும் பறவைகளின் ஆரவாரம் கலவையாய்க் களை கட்டியிருந்தது. ஒரு வெளிர் பச்சை சுடிதாரில் அந்த நேரத்தின் இறுக்கத்தை மறக்க முயலும் பாவனையுடன் காற்றில் அலை பாயும் கேசம் அந்த மாலை வெயிலில் மினுமினுக்க, கைகளை மார்பில் அணைத்துக் கட்டிய வண்ணம் அவளை விட்டு சற்றுத் தள்ளி அலை பேசியில் மூழ்கியிருந்த ஜெயந்தைப் பார்த்துக் கொண்டிருந்தாள். அவர்களை விட்டு தள்ளி இரயில் நிலையத்தின் புராதன காலச் சின்னமான அந்த இரும்பு பெஞ்சில் மாமனார். எட்டு முழ வேஷ்டி, முழங்கை வரை சீராக மடித்திருந்த சந்தன வண்ண சில்க் ஜிப்பா, தலையின் மிச்ச சொச்ச முடிகளை பின்னுக்கு சீராக இழுத்து சீவி, அந்த பரந்த நெற்றியில் சிறிய சந்தனப் பொட்டுடன், மெல்லிய உலோக ஃப்ரேம் கண்ணாடியுடன் திசையற்ற ஈர்ப்பில் அமர்ந்திருந்தார்.

அலைபேசியை சட்டை, பையில் அடக்கி விட்டு இவர்களிடம் வந்த ஜெயந்த், வசந்திடம் கை நீட்ட சூட்கேஸை விட்டெழுந்து ஜெயந்தின் கால்களை இறுகப் பற்றிக் கொண்டான். மகனைத் தூக்கி மார்பில் ஏந்தி தலை கோதி உச்சி மோந்தவனின் கழுத்தை தன் கரங்களால் இறுக்கிக் கொண்டவன் "அப்பா உங்க ஊருக்கு எப்ப போவீங்க?" என்றான். "ஸே அனதர் டூ டேஸ்". "ரெண்டு நாளும் ட்ரென்லயா? ஜாலிதான் இல்லப்பா?" என்ற கால எல்லையற்ற குழந்தைமையின் நெகிழ்ச்சியுடன் அவன் பரபரத்தான். "ஷுட் பிஹேவ் எ குட் பாய் – ஓ கே" என்று முத்தமிட்டு அவள் கையில் வசந்தை மாற்றினான். "ரெண்டு நாள் அரட்டத்தான் செய்வான். அப்றம் சரியாவான். நேரம் ஆயிருச்சு, அப்பாட்ட சொல்லிட்டு வாங்க" என்று நினைவுபடுத்தினாள். அவளை விட்டு இறங்கிய வசந்த் மறுபடியும் சூட்கேஸ் குதிரை சவாரியில்.

அப்பாவும் மகனும் ஒரு மூன்று நிமிஷங்கள் உரையாடியிருப்பார்கள்; உஷ்ஷென்று உயிர் பெற்ற ஒலி பெருக்கி இரயிலின் வருகையை கட்டியம் கூறியது. எழுந்து நின்ற தகப்பனாரின் பாதம் பணிந்து ஆசிர்வாதங்களைப் பெற்றுக் கொண்ட ஜெயந்த் மனைவியிடம் வந்தான். "ஸ்கூல், பாடம் என்று அவனை அதிகம் அரட்ட வேண்டாம். என்னை விட ஒனக்குத் தெரியும். ஃப்யூச்சர தைரியமா ஃபேஸ் பண்ண அவன ரெடியாக்கணும்; அவ்ளவுதான்" . காற்றில் அசைந்தாடி நீந்தி வந்து அவள் தோளின் மேல் வந்தமர்ந்த பூவை தட்டிவிடப் போனவன், அதை எடுத்துக் கையில் வைத்துக் கொண்டான். புள்ளி வைத்த கோலம் இணைக்கப்படும் போது அடர்ந்து நெருங்குவது போல நடைமேடை பரபரக்கும் பயணிகளால் சுறுசுறுப்பாகியிருந்தது. "இத விட்டா இன்னும் ரெண்டு தடவதான்னு நெனக்கிறேன். அதுக்கப்றம் இப்டி ஸ்டேஷன் ப்ரெஷரெல்லாம் இருக்காது. ஆற அமர யோசிக்கலாம். வயல், வெள்ளாமைன்னு நாம பேசினதெல்லாம் இப்ப அப்பாட்ட உடனே சொல்லணுங்கிறதில்ல. படிப்பில் மகேஷை உற்சாகப் படுத்தலாம்; அதுக்கு மேல எதுவும் சாத்தியம்ன்னு தோணல. அவனுக்கும் நமக்குமே ஒரு கால இடைவெளி இருக்குதுங்றதே ஒரு விஷயம்தான். மறு படியும் அநேகமா பார்டர் கேம்ப்பாகத்தான் இருக்கும்; அல்லது ஒரு வேளை எதுவும் ப்ரத்யேக பயிற்சியாகவும் இருக்கலாம். போனால்தான் தெரியும்." ஒலிபெருக்கி மறுபடியும் நேரம்

நெருங்கியதை உறுதி செய்தது. மறுபடியும் மகனைத் தூக்கி உச்சி முகர்ந்து முத்தம் கொடுத்து அவள் கையில் தந்து , சற்று நெருங்கி அவள் தோள்களைத் தட்டி "சியர் இட் அப்" என்று சொல்லிய போது அவள் கண்களில் மெல்லிய திரை படர, பூம் என்ற ஒற்றை உறுமலுடன் இஞ்சின் நடைமேடையின் ஒரு முனையில் நுழைந்திருந்தது. இரயில் ஊழியர்கள், காப்பி, டீ விற்பவர்கள் வேகம் குறையாமல் உருளும் பெட்டிகளில் தொற்றிக் கொள்ள, உதிரி உதிரியாக லாகவமாய் நடை மேடையில் குதிப்பவர்களை உதறி விட்டுக் கொண்டே, இஞ்சின் இவர்களைக் கடக்கும் போது வசந்த் இரண்டு கைகளையும் மேலே உயர்த்தி ஹேய் என்று கத்தி அம்மாவை முகத்தில் தட்டி தலையை முட்டி உற்சாகமானான். ஜெயந்தின் அப்பா இப்பொழுது இவர்களுடன் சேர்ந்து கொண்டார். இவர்களைவிட்டு சற்று தள்ளி ஜெயந்தின் இரண்டாம் ஏ.ஸி பெட்டி நிற்கவும் தன் உடைமைகளை உள்ளே ஏற்றிவிட்டு கீழே இறங்கினான்.

அப்பா அவனிடம் "ஜாக்ரதப்பா, மகேஷிடம் பேசு" என்றார். "எல்லாம் சரியாகும். ஒன்னும் போட்டு கொழப்பிக்காதீங்க" என்றவன் அவளிடம் "ஓகே டியர்; பார்ப்போம்; நாள கூப்டுறேன்" என்றான். ஒலி பெருக்கி அறிவிப்பு, விசில், பச்சைக் கொடிகள், இஞ்சினின் ஒரு நீண்ட ஹார்ன் ஒலி – ஜெயந்த் வாசலில் தொற்ற, சுமதி,வசந்த் கையசைக்க ரயில் நகர்ந்தது. வசந்தை தோள்களில் ஏற்றிக் கொண்டு நகரும் ரயிலுடனே நடந்தாள். ரயில் வேகமெடுத்த போது கையசைத்து விடை கொடுத்தாள். பின்னால் தகப்பனார் மாதவ சர்மா இயல்பான நடையில் வந்து கொண்டிருந்தார். வேகமெடுத்து சற்று தூரம் போன ரயில் மறு படியும் ஒரு ஹார்னுடன் சடக்கென்று தட தடவென்ற சத்தத்துடன் நின்றது. வெள்ளைச் சீருடை நிலைய மேலாளர் தன் பணியாளிடம் ஏதோ சொல்ல அவர் இஞ்சினை நோக்கி ஓடினார். மறுபடியும் விசில் சத்தம். பயணிகளை அனுப்பி விட்டு கலைந்த கூட்டம் நடை மேடையில் தயங்கி தேங்கி நின்றது. ஒரு மூன்று நிமிட பரபரப்புக்குப் பின்னர் ஹார்ன் ஒலியுடன் சற்று தூரம் பின் வந்து – சமிக்ஞையில் ஏதோ சின்ன முணுமுணுப்பு போல – சமிக்ஞையை தாஜா செய்து விட்டு, மறுபடியும் விசில், பச்சைக்கொடி என்று தன் அங்கீகரிக்கப்பட்ட புறப்பாட்டை உறுதி செய்து கொன்டு நகர்ந்தது. ஜெயந்த் மறுபடியும் தன் அருகில் நெருங்கியிருந்த துணைக்கும், மகனுக்கும் கையசைத்து நகர்ந்து இவர்கள்

பார்வையிலிருந்து கரைந்தான். மாதவ சர்மாவுக்கு, புறப்பட்ட வண்டி திரும்ப பின் வந்தது சற்று இடறலாயிருந்தது. தேவையற்ற தடங்கல்களை அவர் எப்பொழுதும் ரசிப்பதில்லை. சுமதி வசந்துக்கு தடையான சமிஞ்ஞையைப் பற்றி விளக்கிக் கொண்டிருந்தாள். முப்பத்திநாலு வருஷ அரசுப் பணியில் வருவாய் கோட்ட அதிகாரியாய் பணியாற்றி ஓய்ந்திருக்கும் சர்மாவுக்கு தன் மேஜையிலிருந்து பார்த்து அனுப்பிய கோப்புகள் திரும்பி வருவதே பிடிக்காது. பயணம் – அதுவும் மகன் விடுமுறை முடிந்து வேலைக்குத் திரும்பும் பயணம் - பின்னோக்கினால் பொறுப்பாரா ? உதடுகளில் முனங்கிய வண்ணம் மருமகளைத் தொடர்ந்தார்.

மகனின் ராணுவ உத்தியோகத்தில் மீசையை முறுக்கும் தகப்பனில்லை மாதவ சர்மா. பொறியியல் பட்டம் முடித்த கையோடு அவன் மத்திய தேர்வாணையத் தேர்வுகளுக்கு விண்ணப்பித்தபோதே அவர் அவ்வளவு உற்சாகமாய் ஊக்குவிக்கவில்லை. மனைவி மறைந்த சுவடுகள் தளும்பாகப் போகிற நேரம் மூத்த மகன் ராணுவம் என்று தயாரானது இயற்கையான தகப்பனின் தயக்கங்களை எதிர்கொள்ள வேண்டியிருந்தது. பயிற்சி முடிந்து சீருடையுடன் லெஃப்டினென்ட் ஜெயந்தாக புகைப்படம் வந்தபோது கண்களில் நீர் பனிக்க சற்று பெருமையாகத்தான் இருந்தது. சர்மாவைப் பொறுத்த மட்டும் மகனின் தொடர்ந்த ராணுவ சேவை அவருக்கு திரிசங்கு சொர்க்கம் போலத்தான்; நாட்கள் ஓடி விட்டன. இன்று ஜெயந்த் மேஜர். இடையில் மருமகள் வந்தாள். மடி விளையாட பேரன் வந்தான். என்றாலும் விடுமுறை முடிந்து ஒவ்வொரு முறை அவன் புறப்படும் நாளின் பாரம் என்னவோ தணிய மறுக்கின்றது.

2

இரயில் நிலையத்திலிருந்து வீடு திரும்பும் ஆட்டோ பயணத்தில், ஆட்டோவின் உறுமலும் குலுக்கலும் தவிர கனத்த மௌனம்தான். வசந்தினுடைய தவிர்க்க முடியாத "அப்பா என்னக்கி திரும்ப வருவார்மா?" கேள்வியைக் கேட்டதும் அதற்கு அவளுடைய இயந்திரமான பதிலும் தவிர தொடர்ந்த மௌனம்தான். ஜெயந்திடம் மகன் இரண்டு நாட்கள் அரற்றுவான் என்று சொன்னது தனக்கும் சேர்த்துத்தான் என்று உறைத்த போது அவள் தனக்குள்ளே மௌனமாக நகைத்துக் கொண்டாள். ஒரு ஐந்து நிமிடம் தொடர்ந்திருக்க மாட்டார்கள். எதிரே வந்தவர் "கும்பிடறன்யா" என்றதுதான் தாமதம்; சர்மா ஆட்டோவை ஓரங்கட்டச் செய்தார். சற்று அழுக்கேறிய வேஷ்டி, கலைந்த தலை, கழுத்தில் மாலையாக இருந்த துண்டை கையில் எடுத்துக் கொண்டு, திறந்த கருத்த மார்புடன் நின்றவரிடம் "நாள மறு நாள் நடவுதான?" என்று கேட்டார். ஆட்டோ தெரு ஓரமாக வந்து தன் உறுமலை நிறுத்தியது. "நான் நாள வந்து உறுதி சொல்றேன்; எப்டியும் இந்த வாரம் " என்று இழுத்தவரை சர்மா மறித்தார். "இழுக்காதப்பா. சொன்னபடி ஆரம்பிச்சிரு; நாளக்கு எனக்கு சொல்லு" என்றவர் ஆட்டோவை புறப்படச் சொன்னார். சற்று தூரம் வந்த பின் சர்மாவின் நண்பர் விசாரிக்க நின்று ஜெயந்தின் புறப்பாட்டை சொல்லி விட்டு ஆட்டோ நகர்ந்தது. எப்படியும் வீடு சேரும் முன் இன்னும் இரண்டு குசலங்கள் இருக்கும். ஒவ்வொரு முறையும் தன் பொறுமையின்மையை வசந்த் வித விதமாய் வெளிப்படுத்துவதுதான் சுமதியின் ரசனைக்கு.

மாமனாருடன் வெளியே வந்தால் அவளுக்கு இது பழகிப் போன ஒன்று. அந்தச் சிறிய நகரத்தில் அவர் இருத்தலின் நங்கூரம் அத்தனை ஆழமானது. ஓய்வு பெற்ற வருவாய்த் துறையின் சமூக முகவரியும் துணை சேர, அதன் அழுத்தமே தனிதான். சர்மா மௌனம் கலைத்தார் . "ஜெயந்த் சீக்கிரம் திரும்ப வந்துட்டான்னா நல்லதும்மா. என்னால இன்னும் எத்தன நாள் இவங்களயெல்லாம் வச்சு மேய்க்க முடியும்னு தெரியல" என்று சொல்லிய பதில் எதிர்பாராத வார்த்தைகளுடன் நின்று விட்டார்.

அவளும் ஒரு விவசாயியின் வாரிசுதான். நுணுக்கமாக இல்லையென்றாலும் இந்திய விவசாயத்தின் ஏற்ற இறக்கங்களும் வலிகளும் அறிந்தவள்தான். ஆச்சியின் மடியில், அப்பாவின் முனங்கல், கோபத்தில், பக்கத்து வீட்டு அத்தை மாமா சச்சரவுகளில், கோப வாதங்களில் அதை முகர்ந்தவள்தான். ஜெயந்தும் அவளும் பல் வேறு சமய சந்தர்ப்பங்களில் இது பற்றி விவாதித்திருக்கிறார்கள். எனவே அவளுக்கு எதுவும் புதிதல்ல. மாமனாரின் பேச்சுக்கு ஒரு மெல்லிய நகையுடனான அசைவை மட்டும் தந்துவிட்டு அமைதியானாள்.

வீடு திரும்பி வசந்தை தாஜா செய்து இரவு உணவையும் முடித்து, இயந்திரமாய் அவளும் ஏதோ சாப்பிட்டு ஹால் விளக்கை அணைத்தாள். தன்னுடைய அறையில் மேஜை முன்னமர்ந்து ஏதோ வரவு செலவுகளில் மூழ்கியிருந்த சர்மாவின் "மகேஷ் வந்துட்டானாம்மா?" என்ற விசாரணைக்கு "இல்லை" என்ற ஒற்றை வார்த்தையுடன் அவள் அறைக்குள் நுழைந்த போது சர்மா தனக்குள் முனங்குவதை அவளால் கிரகிக்க முடிந்தது. படுக்கையின் ஒரு முனையில் தன் பொம்மை நாய்க் குட்டியை உட்கார வைத்து மறு முனையிலிருந்து தன் துப்பாக்கியால் குறி பார்த்துக் கொண்டிருந்தான் வசந்த். மேஜை விளக்கைச் சீராக்கி, ஆடை வடிவமைப்பு சம்பத்தப் பட்ட புத்தகத்தை எடுத்து தன் கவனம் மாற்ற முயன்றாள். அவள் புத்தகத்தை எடுக்கவும் கையாலேயே நாய்க் குட்டியைத் தள்ளிவிட்டு, படுக்கையிலிருந்து குனிந்து துப்பாக்கியை தரையோடு சேர்த்து ஒரு ஓரத்திற்கு தள்ளிவிட்டு, அதே வேகத்தில் ஓடி வந்து அவள் இடுப்பில் சரிந்து கழுத்தைக் கட்டிக் கொண்டு மறுபடியும் "அப்பா எப்ப வருவார்ம்மா?" என்று கெஞ்ச "சீக்கிரம் வருவார்ப்பா; நீ தூங்கு" என்று முதுகில் தட்டிக் கொடுக்க ஆரம்பித்தாள்.

"அப்பா மாதிரி நானும் எப்பம்மா சுடப் போலாம்?" "நீயுமா – சுடப் போறியா?, வேண்டாம்" என்றவள் மகனை அணைத்துக் கொண்டாள். "இல்ல – போவேன்; எப்பம்மா போலாம்?" என்றவனிடம் சிரித்துக் கொண்டே "ஓகே. பெரியவனானப்றம்" "எப்ப பெரியவனாவேன்?" இன்னும் இரண்டு இரவுகள் உறக்கத்தின் முந்திய கேள்விகளாய் நீளும் என்று தயாராயிருந்தவள் மகனை இழுத்து நேராகப் படுக்க வைத்து தலையைக் கோதி முத்தமிட்டாள். திரும்பவும் "எப்பம்மா" என்றவனிடம் "மகேஷ் சித்தப்பா மாதிரி வளர்ந்து படிச்சு முடிச்சு அதுக்கப்றம்". கண்களை

விரித்து அந்த காலத்தை அளக்க முயன்ற குழந்தைமை பிரகாசத்தின் தவிப்பை ரசித்தாள். புரண்டு மறு படியும் அவள் கழுத்தைக் கட்டியவன் "ஏம்மா அப்பா இங்கேர்ந்தே சுட முடியாதா? அவ்ளோ தூரம் மூணு நாள் ட்ரய்ன்ல போய்த்தான் சுட முடியுமா?" "ஆமாம். அங்கதான் நம்ம நாட்டோட எல்லை இருக்கு." திரும்ப மல்லாக்கப் படுத்தவன் "நாட்டுக்கு எல்லை ஏன்ம்மா இருக்கு?" பெட்ரண்ட் ரஸலுக்கே பதில் கிடைக்காத கேள்வியை அவளிடம் கேட்டால் எப்படி? நம்ம வீட்டுக்கும் பக்கத்து வீட்டுக்கும் மத்தில ஏன் சுவர் இருக்கு? அது மாதிரித்தான்". , "சுவர்தான் இருக்குல்ல? அப்றம் ஏன் அப்பா போறும்? ஏன் சுடணும்?" துப்பாக்கி ஏந்திய அப்பாவின் ஆளுமையால் வசீகரிக்கப்பட்ட ஆறு வயது தாண்டிய வாரிசு அவளை விடுவதாயில்லை. "நம்ம ஊருக்கு போலீஸ் இருக்குற மாதிரி நாட்டுக்கு அப்பாவும் அவரோட ஆர்மியும்" "அப்பா தினக்கும் சண்ட போடுவாராம்மா? தினமும் சுடணுமா?" "நீயும் சங்கரும் எப்பவும் சண்ட போடுவீங்களா என்ன?" இல்லை என்பதின் அடையாளமாய் வேகமாகத் தலையசைத்தான். "வெளயாடுவோம். வெளயாடும் போதே சண்ட வந்துரும். அவன் அவுட்டானா ஒத்துக்கவே மாட்டான். கலர் பென்சில் கேட்டா தர மாட்டான். அப்றம் கோபம் வரும்" "அப்டியேதான். அப்பாவும் பக்கத்து நாட்டுக்காரங்களும். தேவண்ணதான்; தேவைக்காகத்தான்" என்றவளிடம் ஞாபகம் வந்தவனாய் "சங்கர் என் கலர் பென்சில இன்னும் தர்லம்மா" என்று சொல்லி கண்களைக் கசக்கி சரிந்து படுத்தவனை நேராக படுக்க வைத்து தட்டிக் கொடுத்தாள். "அம்மா நாளைக்கு ஒனக்கு புது கலர் பென்சில் தாரேன். தூங்கு" என்று சமாதானம் செய்தாள். வசந்தின் உலகம் உறங்கத் துவங்கியிருந்தது.

சங்கரும் வசந்த்தும் சண்டை முடிந்த மறுநிமிஷம் சமாதானமாவார்கள். குழந்தைகளின் உலகில் சண்டையும் சமாதானமும் ஒன்றுதான். அங்கே இரண்டிலும் தவறில்லை. இரண்டும்தான் அந்த உலகின் அழகே. ஜெயந்தின் யுத்தம் ? மல்லாந்து படுத்து கைகளை பின்னால் நீட்டி சோம்பல் முறித்தாள். ஜெயந்தையும் தன்னையும் பிரிக்கும் யுத்தத்தோடேயே அவளுக்கு ஒரு துவந்த யுத்தம் இருக்கிறது. ஜெயந்த்தும் அவன் சகாக்களும் அந்தக் குளிரில், உறைபனியில் எல்லை என்று இன்னமும் உறுதியாக்கப்படாத ஒரு தொல்லையை காவல் காக்கிறார்கள். சுடுவதற்கான அம்பு மாத்திரம்தான் அவர்கள். அந்த அதிகாரமோ

அரசியலில் இருக்கிறது; அரசியலில் பிறக்கிறது. அரசியலாகவே மடிகிறது. எல்லாம் தேசம் என்கிற அரசியலிலே பொதிந்திருக்கிறது; புதைந்திருக்கிறது.

"என் பாதங்களின் கீழே முட்களைப் பரப்பினார்கள் –
இது உன் தேசத்தின் எல்லை என்றார்கள் –
இரத்தம் என்னவோ என் எதிரிக்கும் எனக்கும் ஒன்றுதான்"

என்று அவள் படித்திருந்த கவிதை வரிகள் நினைவில் வந்தன. தேசங்களுக்கிடையே முள் வேலிகள் மாத்திரம்தான் எல்லைக் குறியீடாக இருக்க முடியுமா என்ன? நெடுஞ்சாலைகளின் மையத்தில் வளர்க்கப்பட்டுள்ளது போல பூஞ்செடி கொடிகளாய் ஏன் இருக்கக் கூடாது? கற்பனையில் ரோஜாக்களோடு ரோஜாவாக ஜெயந்த் ஜொலிக்கிறபோது சுமதி கண்ணயர்ந்தாள்.

3

சுமதி பிறந்து தவழ்ந்து வளர்ந்த அவளுடைய அந்த பெரிய கிராமம் ரோஜாக்கள் பூத்துக் குலுங்கும் நந்தவனமல்ல. வயல்வெளிகள் சூழ்ந்திருந்த மாநில நெடுஞ்சாலையை ஒட்டியிருந்த ஒரு விவசாயக் கிராமம். எழுபது சதத்துக்கும் மேலான விளைநிலங்கள் ஊரின் மேற்கு கடைசியில் தென் வடலாக நீண்டு விரிந்திருக்கும் பெரிய குளத்தின் நீர் ஆதாரத்தை நம்பித்தான் தங்கள் பலனைத் தரும். முழுக் குளமும் நிரம்பி கரைகளில் காற்றில் அதன் அலைகள் மோதித் தளும்புகிற காட்சி அவளுடைய ஊரின் மறக்க முடியாத சித்திரங்களில் ஒன்று. அந்த ஏரியின் கரை நெடுகிலும் நீண்ட இடைவெளி விட்டு வியாபித்திருக்கிற ஒவ்வொரு அரச, ஆல மரங்களைப் பற்றியும்

ஒரு தனிக் கதையை அவள் ஆச்சி சொல்லக் கேட்டதுண்டு. ஊரின் தென் புறத்தில் இருக்கும் வயல் வெளிகளுக்கு ஊரை விட்டு இன்னும் ஒரு சிறிய கிராமத்திற்கு பின் நெடிந்து உயரும் மலைத் தொடரிலிருந்து வரும் ஒரு பெரிய ஆற்றின் வாய்க்கால்கள் தரும் நீர்தான் ஆதாரம். இரண்டு பருவம் நெல் விளைந்து இடையில் உளுந்தும் போட்டு கையாகி விட்டால் அப்பாவின் முகத்தில் இருக்கிற தெளிவே தனிதான். அவளைப் பார்க்கிற நேரமெல்லாம் தாயி, தாயி என்று உருகத்தான் செய்வார். அவளுக்கு என்னவோ இந்திய விவசாயம் பெருவாரியான நடுத்தர, சிறு விவசாயிகளுக்கு இன்னமும் சூதாட்டம் போல போக்கு காட்டுவதாகத்தான் தெரிகிறது. அவள் நினைவிற்கெட்ட இரண்டு பருவமும் விளைவதென்பது மூன்று அல்லது நான்கு வருஷங்களுக்கொரு முறைதான். இதற்குள்தான் நாட்களை – மிக முக்கியமாக எந்தக் கௌரவமும் குறைந்து விடாமல் – நகர்த்த வேண்டும். அப்பாவின் இந்த கௌரவம் என்கிற பட்டியலில் ஊரின் நல்லது, பொல்லாதது, கோயில், திருவிழா, பஞ்சாயத்து, தானதர்மம், அரசியல் ஆக இவை எல்லாவற்றிலும் அவர் தகுதிக்கேற்ற பங்களிப்பு என்பது அடங்கும். இதில் ஏதாவது ஒன்றில் குறை வந்தால் கூட ஆச்சியுடனான உரையாடல்களில்

அப்பாவின் ஆதங்கம் வெளிப்படும்; சில சமயங்களில் அந்த ஆதங்கம் அடக்க முடியாத ஆத்திரமாய் பெருகும்போது ஆச்சியின் மேல் சீறல்களாய் பாயும். தன் பிரியப்பட்ட இளைய புத்திரனுக்கு சற்று விஷேசமாய் நிலங்களைப் பிரித்துக் கொடுத்துவிட்டு போய்ச் சேர்ந்த தன் புருஷன் எதிர்கொள்ள வேண்டிய கோபத்தை தாங்கும் சுமைதாங்கியாக ஆச்சி தொடர்கிறாள். "நானும் எவ்ளவோ சொன்னேன்; அந்த மனுஷன் தான் நெனச்சத சாதிச்சிட்டு போய்ட்டாரு. இந்தப் பயலுககிட்ட நான் கெடந்து நைய்ய வேண்டியிருக்கு" என்று சண்டை முடிந்து ஆற்றிக் கொள்ளும் புலம்பலாய் சுமதியின் தலைமுடியைக் கோதியவாறே ஆச்சி இவளிடம் அரற்றுவாள். இந்திய நில உடமைச் சமூகத்தின் எல்லா ஏற்ற இறக்கங்களையும் ஏந்தித் தாங்கும் பாத்திரத்தை குடும்பத்தின் பெண்கள்தான் ஏற்க வேண்டும் என்பது எழுதப்படாத விதி. அம்மா இல்லாத வெற்றிடத்தை எல்லா விதத்திலும் ஆச்சிதான் நிரப்பிக் கொண்டிருந்தாள். பெருவாரியாக அப்பாவின் உருமல்களை ஆச்சி கண்டுகொள்ளாமல் விட்டுவிடுவாள். அரிதாக ஆச்சியும் சில சமயங்களில் பொருமித் தீர்த்து விடுவாள்.

ஒரு விவசாயி என்றால் நிலம், நீர், பயிர், விளைச்சல் என்பதெல்லாம் கடந்து கௌரவம் என்பது நிலவுடமை உறவுகளின் தவிர்க்க முடியாத ஜபர்தஸ்துகளில் ஒன்று. அதை அப்படியே தொடர்வதற்கே ஒரு துவந்தப் போராட்டமாகத்தான் விவசாயியின் நாட்கள். அந்தக் கௌரவத்தின் விலைதான் என்ன? வட்டிக்கு விட்டு வாங்கும் வாணியர் தெரு செட்டியாரிடம் ஒரு நிலுவை தொடர்ந்து கொண்டேதான் இருக்கும். தொடக்க வேளாண்மை கூட்டுறவு வங்கியில் சேமிப்புக் கணக்கில் இருக்கும் சொற்பத் தொகையை விட கடன் நிலுவைகள் அதிகமாகவேதான் இருக்கும். அரசாங்கத்தின் நேரடிக் கொள்முதலில் கொடுத்தது போக, மாமூலாக வரும் வியாபாரியிடம் அளக்கும் தானியத்திற்கான பற்று வரவுகளில் பெற்ற முன் பணம் எப்பொழுதும் நின்று கொண்டுதானிருக்கும். இவ்வளவும் கடந்தும் துரதிர்ஷ்டவசமாக இந்த கணக்கு வழக்குகளும் கடமைகளும் சமன் செய்ய முடியாத அதீத நிலவரங்களுக்குப் பாயும் பொழுது இந்தக் கௌரவத்தின் விலை அந்த விவசாயியின் உயிராகவே உருமாறுவதுதான் துயரம். வருஷங்களாக தேசமெங்கும் பரவலாக இந்தக் குரூரம் அரங்கேறுவதுதான் மிகப் பெரிய சோகம். "உழுதவன் கணக்கு பாத்தா ஆழாக்குதான் மிஞ்சும்" என்று ஆச்சி அடிக்கடி சொல்லுவாள்.

சுமதிக்கு வியப்பான ஒரு விஷயம் என்பது இவ்வளவு சிக்கல்கள் நிறைந்த இந்த விவசாயத்தை விடாமல் ஒரு தொழிலாக பரம்பரை பரம்பரையாக, ஒரு நிர்ப்பந்தமாக செய்கிற புதிர்தான். தன் நிலத்தில் பயிர்களைப் பராமரிக்கிற அப்பாவின் நேரம், உழைப்பு, அதற்கான பிரதிபலன் என்பதெல்லாம் ஒரு புறம் இருக்கட்டும்; போடும் முதல் பணமாவது திரும்பி வர வேண்டுமே? ஒரு பருவம் பொய்த்தால் அடுத்த பருவம் எடுத்து விடலாம் என்று விட்டதைப் பிடிக்கத் தொடரும் சூதாட்ட போதையாய் இதை ஏன் தொடர வேண்டும்?. உயர்நிலைப் பள்ளியில் சேர்ந்த மறு வருஷத்தில் ஒரு நாள் அப்பாவிடம் கேட்டேவிட்டாள். அன்று என்ன மன நிலவரத்தில் இரு ந்தாரோ? மகளின் கை பிடித்து தலை கோதி "ஒனக்கு என்ன கொற வச்சேன்னு தாயி இப்படிக் கேட்ட?" என்று சொல்லிவிட்டு "ஓன் சித்தப்பன் மாதிரி எல்லாத்தயும் போக்யத்திற்கு விட்டுட்டு ஃபேனுக்கடிலேர்ந்து காலாட்டிக்கிட்டு என்னால கணக்கெழுத முடியாதே? இந்த நெலத்தயும் பயிரயும் விட்டா எனக்கொன்னும் தெரியாதே? அந்த நெலம்தான் யேன் முதத் தாரம். ஒரு வருஷம் ஏமாத்திருச்சுன்னு அப்டியே விட்ற முடியுமா? நம்ம சோத்துக்காகவாது அத பிடியோட வச்சிருக்க வேண்டாமா? இத விட்டா வேற என்ன செய்யச் சொல்ற? கோயில் மண்டபத்துல உக்காந்து ஆடு புலி ஆட்டம் ஆடலாம்; இல்ல சீட்டு வெளையாடலாம். ஓடிக்கிட்டே இருக்கணும் தாயி. அப்பத்தான் சோறும் தூக்கமும் ரசிக்கும். இல்லேன்னா சீக்காயிரும். நெசம்தான்; இந்தக் கண்ணாமூச்சி வெளயாட்ல ஒரு சுகம்தான். உழவை யெல்லாரும் சுமையா நெனச்சிட்டா ஊர் முச்சூடும் சோத்துக்கு என்ன பண்ணும் தாயி? வேற எது இல்லேன்னாலும் மனுஷன் வயித்துக்கு வழி பண்ற தொழில்ங்ற திருப்தி எப்பவும் மிஞ்சும் தாயி" என்று ஒரு பேராசிரியருக்கு உண்டான விஸ்தாரத்தோடு அவளுக்கு பதில் சொன்னார். முழுக்கத் திருப்தி அடையா விட்டாலும் அனிச்சை செயலாகிப் போயிருக்கிற அப்பாவின் விவசாய இயக்கத்திற்கு அவருக்கு இதில் ஒரு அர்த்தம் இருக்கிறது என்கிற உண்மையை அன்று தெரிந்து கொண்டாள்.

பல சந்தர்ப்பங்களில் அப்பாவுடன் வயல்வெளிக்குச் சென்றிருக்கிறாள். வரப்பில் நின்று கொண்டு "இந்த துண்டோட விஸ்தீரணம் தெரியுமா?" என்று கேட்பார். சிறிது நேரம் தாமதித்து அவரே அதை சொல்லுவார். "எட்டு குழி இருக்கும்." வரப்பைச்

சுற்றிச் சுற்றி வந்து பயிர்களின் மேல் மேய விடும் அவரது பாசப் பார்வையில் அந்த மௌனத்தின் பரிபாஷையில் அவர் பயிர்களுடன் உரையாடுவது போலத்தான் அவளுக்குத் தோன்றும். சட்டென்று பற்றியிருக்கும் அவளின் கைகளை விலக்கி விட்டு மடித்துக் கட்டியிருக்கும் வேஷ்டியை இன்னும் இறுக்கிக் கொண்டு வயலுக்குள் இறங்கி விடுவார். பத்து பதினைந்து நிமிஷங்களுக்கும் மேலாக அங்கும் இங்குமாக சேற்றில் நிதானமாக கால்களை வைத்து அவர் பிடுங்கிப் பிடுங்கி எடுக்கும் போதுதான் பச்சையான பயிர்களின் ஊடே முளைத்திருந்த களைகளே அவளுக்குத் தெரியவரும். பயிர் விளைவது நிலத்தில் அல்ல; அது விவசாயியின் ஊனிலும் உயிரிலும் கூடவே வளர்கின்றது என்கிற உண்மையே இது போன்ற சந்தர்ப்பங்களில்தான் அவளுக்குப் புரிந்திருந்தது.

அந்த எளிமையான நிறைவான கிராம சுவாசத்தில் நீங்காத குறையாக பின்னாட்களில் நீண்டு கொண்டே வந்தது அம்மா எனும் ஆதுரம்தான். ஆச்சியின் அரவணைப்பு அந்தக் குறையை நிறைவாக்கியிருந்தாலும் விவரமறிந்த நாட்களின் பின்னான அந்த மெல்லிய துயரத்தின் இடைவெளி நிரம்பவேயில்லைதான். அம்மா எப்படி இருப்பாள்? கறுப்பா – சிவப்பா? ரொம்ப அழகா அல்லது கிராமத்தின் சராசரித் துடிப்பா? ஊர் மெச்சிய குணவதியா? இல்லை ஊமையாய் இருந்து காய் நகர்த்திய காரியவாதியா? அம்மாவின் அடையாளத்தை அவ்வப்பொழுது காலம் எடுத்துக் கொண்ட இருளின் பிடிகளுக்குள் துழாவியிருக்கிறாள். உறக்கம் வராத இரவுகளில், உறவுகளின் நல்லது பொல்லாததுகளில் வயதுக்கொத்த சிநேகிதிகள் அவர்கள் அம்மாவின் கரம் பிடித்துத் தழைகின்றபோது அம்மாவைத் தேடியிருக்கிறாள். எல்லாவற்றுக்கும் மேலாக முட்டி, மோதி, வலித்து புதிய வாழ்வென்னும் பிரவாகமாய் வசந்த் இந்த மண் விழுந்து வீறிட்டபின், தொப்புள்கொடி அறுத்து சுத்தம் செய்து மருத்துவச்சி கையில் தந்த போது, தன் வசந்தத்தின் தளிரை உச்சி முகர்ந்து தரிசித்த அந்த நொடியில் அவள் தன் தாயை நினைத்தாள்; கண் கலங்கினாள். உறவுகளின் சுமைதாங்கியாய், வீட்டின் விளக்காய் ஊன்றிப் பயணிக்கும் இந்த நாட்களிலும் அவ்வப்பொழுது நிரப்ப முடியாத இடைவெளியாக அம்மா தொடரவே செய்கிறாள். அவள் வாழ்வின் வலி மிகுந்த துயரவரிகளுள் ஒன்றாக அம்மா வரையப் பட்டிருக்கிறாள்.

"வெடுவெடுன்னு ஈக்குச்சி மாதிரியும் இல்லாம கனத்த ஒடம்பாவும் இல்லாம படபடன்னு வீட்டுக்குள்ள வளய வருவா. ஒறங்கர நேரம் தவிர ஒரு நொடி சும்மா இருக்க மாட்டா. ஒன்னும் இல்லேன்னா கையில ஒரு புத்தகம் இருக்கும். அவ வந்ததுக்கப்றம்தான் ஹைஸ்கூல் முடிச்ச ஓங்கப்பன் அவளுக்காக ஊர் லைப்ரரிலேர்ந்து புத்தகம் கொண்டு வந்தான். பேச்சுல எப்பவும் ஒரு நிதானம் இருக்கும். வந்து மூணே மாசத்ல வீட்டு நிர்வாகம் அவ கையில பிசிறில்லாம வந்துருச்சு." இப்படியான ஆச்சி கொடுத்திருந்த ஒரு சிறிய சித்திரம்தான் அம்மா. மீதி இடைவெளிகளை எல்லாம் அவள்தான் அவ்வப்பொழுது கற்பனையில் நிரப்புகிறாள். "தலச்சன் பையனா இல்லேங்ற கொற இருந்தாலும் அத துளிக் கூட வெளிய காட்டாம, ரெண்டு வருஷத்துக்கப்றம் வந்த ஒன்ன அப்டித்தான் சீராட்டுவா. பொறந்த மூனாம் மாசம்னு ஞாபகம். வைக்கோல் கொஞ்சந்தான் இருக்கு. நாளநின்னுதான் வரும்னு சொன்னாங்க. நான் கொஞ்சம் புல் அறுத்துட்டு வந்திர்ரேன்னு போனா. தல நெறஞ்ச சுமயான புல்ல இறக்கிட்டு, கிணத்தடில கால் கழுவிட்டு வந்தவ வலது கால் அரிக்குதுன்னு சொல்லிட்டு அடுக்களைக்குள்ள போய்ட்டா. நான் அத காதுலயே வாங்கிக்கல. காலன் கால் வழியா வருவான்னு நான் கனவா கண்டேன்? ராத்ரி சாப்பாடு முடிஞ்சி வெத்தலய சவக்கிற நேரம் மறுபடியும் காலத் தேச்சுக்கிட்ருந்தா. என்னன்னு கேட்ட ஓங்கப்பன்ட்ட புல் வெட்டி வந்ததிலேர்ந்து ஒரே அரிச்சல்ன்னு சொன்னா. காலப் பாத்தவன் கைய்யில வச்சிருந்த சுண்ணாம்ப அப்டியே தடவிவிட்டுட்டு வேற ஒன்னும் பண்ணலயேன்னு கேட்டு விட்டுட்டான். நானும் பாத்தேன்; பெரிசா ஒன்னும் தெரியல. படுத்தவ விடியாம கோழி கூவறதுக்கு முன்னாலயே எழுந்துருச்சிட்டா. அப்ப பாத்தப்ப மொழங்காலுக்கு கொஞ்சம் கீழ வர தோல் நிறம் மாறிருச்சு. ஓங்கப்பன் ஓடிப் போய் வைத்தியரக் கூட்டியாந்தான். ஒரு பத்து அரச்சுப் போட்டு சூரணமும் கொடுத்து நாடி பாத்துட்டு எதுக்கும் டவுன் ஆஸ்பத்ரிக்கு ஒரு நட சீக்ரம் போய்ட்டு வந்துருங்கன்னு உசுப்பினார். வண்டில ஏறி உக்காந்தவ யார் யார் வருவாங்க, மேட்டுக் களத்துக்கு மட்டும் களையெடுக்க ஆள் அனுப்புங்க. மத்தது நான் வந்து பாத்துக்குறேன்னு உற்சாகமா சொல்லிட்டுத்தான் போனா. கொஞ்ச தூரந்தான் உக்காந்திருந்தாளாம். அப்றம் படுத்துக்கிட்டாளாம். ஆஸ்பத்ரிக்குள்ள நொழஞ்சு வண்டிய ஓரமா

நிறுத்தி உசுப்பினா எழுந்திருக்கல. அரக்கப் பரக்க உள்ள தூக்கி எடுத்துட்டுப் போனா பத்து நிமிஷம் கழிச்சு டாக்டர் உயிர் பிரிஞ்சு அரை மணி நேரத்துக்கும் மேல இருக்கும்ன்னுட்டாராம். துணைக்குப் போன எதிர் வீட்டு பெரிய அண்ணாச்சியும் மாயாண்டியும் இல்லேன்னா ஒங்க அப்பாவத் தேத்தி , ஒங்க அம்மாவத் திரும்ப கொண்டு வந்திருக்றதே பெரும் பாடாயிருந்திருக்கும். புண்யவதி வயல் வரப்போட காத்தோட கலந்து கரஞ்சிட்டா" நிறை வாழ்வின் பூரணத்தில் பொசுக்கென்று அம்மா விடை பெற்ற பயணத்தின் ஆச்சி தந்த சித்திரம் இவ்வளவுதான். "பாலுக்கு நீ அழுதப்பதான் ஓன் நெனப்பே வர மூணு நாள் ஒன்ன பெரியவரின் மகதான் பாத்துக்கிட்டா. நீ அழவும், மடி வலி தாங்காமல் பசு அம்மான்னு பாலிறக்க கத்தினதயும் அவதான் அடிக்கடி ஞாபகப் படுத்துவாள். அம்மா எனும் வார்த்தையின் காதலும் கதறலும் எல்லா ஜீவன்களுக்கும் ஒன்றுதான் போல. அகாலமாய் விடை பெற்ற முகமறியாத அம்மாவை தானே தாயான பின்னும் அடங்க மறுக்கும் தவிப்பாய் அவள் அவ்வப்பொழுது தேடுகிறாள்.

4

ஒரு நிதானமான வேகத்தின் தாலாட்டில் அந்த முன்னிரவில் ரயில் பாய்ந்து கொண்டிருந்தது.

ஜெயந்தினுடைய பெட்டியில் அவனுடைய சக பயணியாக கம்பீரமான நடை உடை பாவனைகளுடைய அறுபதுகளைத் தாண்டிய முதியவர். கையில் ஒரு டைரியுடனும் பக்கத்தில் ஒரு ப்ளாஸ்டிக் உறையில் இருக்கும் காகிதங்களுடனும் அவர் விரயமாக்க விரும்பாத, முடியாத மணித் துளிகளில் தன்னுடைய வணிக உலகில் வியாபித்திருந்தார். உள்ளே நுழையும் போது ஒரு அறிமுகப் புன்னகையுடன் மாத்திரம் அவர் தன்னுள்ளே மூழ்கி விட்டார். கையிலிருந்த நடப்பு வாசிப்பிலிருக்கும் நோவா ஹராரியின் “ஸாப்பியன்ஸ்”-ஐ வெளியே எடுத்து அருகில் வைத்து விட்டு இருக்கையில் நன்றாகச் சாய்ந்து ரயிலின் ஓட்டத்தை ரசிக்கும் இளைப்பாறுதலில் ஜெயந்த் அமிழ்ந்திருந்தான். இருளின் நிழல்களாக தலைவிரித்து பின் வாங்கும் மரங்களும், மின் கம்பங்களும், அரவமற்ற பரந்த வெளிகளின் ஊடாய் பாயும் ரயில் பயணங்களில் கிடைக்கப் பெறும் தரிசனங்களை, சித்திரங்களை ரசிப்பதில் ஜெயந்துக்கு எப்பொழுதும் தீராத ருசிதான். அந்தரத்தில் அவாந்தர வெளியில் ஒய்யார உயரத்தின் சூன்யத்தில் மிதக்கும் விமானப் பயணம் அவனுக்கு அவ்வளவாய் ருசிப்பதில்லை. கால் பதிக்கும் மண்ணில் காற்றாய் விரையும் சுகம் அந்தரத்தில் கிட்டுவதில்லை. விரைந்தாலும் உறைந்தாலும் ஸ்பரிசம்தான் எவ்வளவு ஜீவன் நிறைந்த அழகு?

மணித்துளிகளை விழுங்கிச் செறித்து நாட்களை உமிழ்ந்து தள்ளி வாரங்கள், மாதங்கள், வருஷங்களென பறந்த காலம். கண்களுக்குள் ரயில் நிலையத்தின் கம்பி வேலிகளுக்கு முன்னால் உணர்வுகள் பொங்கும் முகத்துடன் வடித்த சித்திரமாய் நின்ற சுமதி வந்தாள். கைதேர்ந்த ஓவியனின் படைப்பாய் விரிந்திருக்க வேண்டிய சித்திரம். ஸ்பஷ்டமான இயக்கத்தில் அசைவில் எப்பொழுதும் தங்கியிருக்கும் அந்த மென்னகையுடன், வாழ்வின் எல்லா

ஆழங்களையும் அவனால் தரிசிக்க முடிவது போல. ப்ரிய சகி என்பதனால் மாத்திரமா? நிச்சயமாக இல்லை. சுமதியின் இயல்பே அது. தன்னைச் சுற்றிலும் ஒரு கம்பீரமான கண்ணியமான பொலிவைப் பிரகாசிக்கும் இருத்தல் அவளுடையது. சாப்பிடும் பொழுது முந்திய நாள் இரவில் முதுகில் உருண்டு கழுத்தைக் கட்டித் தொங்கிய வசந்த், இப்பொழுது கால்களின் இடுக்கில் புகுந்து தலை முடியைப் பிடித்து இழுப்பது போல. கூட்டிக் கழித்துப் பார்த்தால் மின்னற் பொழுதே தூரமான இந்த வாழ்க்கையில் இந்த சித்திரங்கள் மாத்திரம் மிச்சமாய். தொடர்ந்த வெளிச்சம் முகத்தில் சிதறி கடந்த போது, ஒரு சிறிய நிலையத்தை வேகம் குறையாமல், நடை மேடையில் நிலைய அதிகாரியின் மினுமினுக்கும் பச்சை விளக்கு ஆமோதிப்புடன் விரைந்து கடந்தது. மறுபடியும் இருளும் பரந்த வெளியும்.

பொறியியல் கல்லூரியில் இப்பொழுது நுழைந்தது போல்தான் இருக்கிறது. கல்லூரி முடிந்து மத்திய தேர்வாணைய தேர்வுகள் முடிந்து இராணுவக் கல்லூரியின் பயிற்சிகள் முடிந்து இரண்டு பதவி உயர்வுகளும் பெற்று ஓடிவிட்ட நாட்கள். தன் விதி எழுதிச் செல்லும் காலம் யாருக்கும் எதற்கும் காத்திருப்பதில்லை. படிக்கிற நாட்களிலேயே நான்கு சுவர்களுக்குள் அமர்ந்து பார்க்கிற வேலை தனக்கு ஒத்து வரும் என்று ஜெயந்துக்குத் தோன்றியதே இல்லை. எப்படியும் வேறு விதமாகத்தான் அமைய வேண்டும் என்பதே நோக்கமாயிருந்தது. கல்லூரி நாட்களிலேயே நண்பர்கள் வந்தாலும் வராவிட்டாலும், உடன் துணை இருந்தாலும் இல்லாவிட்டாலும் வார விடுமுறை நாட்களில் சைக்கிளை எடுத்துக்கொண்டு நெடுஞ்சாலைகளில், கிராமத்துத் தடங்களில் முகம் வருடும் காற்றின் ஊடாய் கலந்து கரைவது அவனுக்குப் பிரியமான ஒன்று. அவ்வப்பொழுது வரும் அப்பாவின் தடைகளையும் மீறி அப்படி ஒரு சுக அனுபவம். ஒற்றைத்தட தார்ச் சாலைகளின் இருபுறமும் பரந்து விரிந்த வெளியின் ஊடாய்ப் போகும் தடங்களில் சிறிது தூரம் ஊடுருவி தன்னந்தனியாய் நிற்கும் ஒரு மரத்தின் நிழலில் ஒதுங்கி அரவமற்ற ஒரு பெருவெளியில் இணைத்துக் கொள்வதில் அவனுக்கு அலாதி ஆனந்தம்தான். எவ்விதக் கட்டுகளுமின்றி, எதிர்பார்ப்புகளுமின்றி, தொலைதூர தேசாந்திரியாய், காலம் எனும் பெருவெளிக்குள் கரைவதில் இருக்கும் சுகம் வேறெதிலும் கிடைக்குமா என்ன? வானவீதியில் கோலமிட்ட பறவைகள் இரவின் மடியில் விருட்சங்களில் அடைவதைப் போல, உயரப்

பறக்கும் விமானங்கள் தரையிறங்கும் உறுதியாக வீடு திரும்புவான். இப்படியொரு வன சஞ்சாரியின் தவிப்பு அவனுக்குள் இயல்பாகவே வாசமாயிருந்தது.

ஆகவே முழு இளைய சமுதாயமும் கணினிக் காதலின் மோகத்திலிருந்த போது ஜெயந்த் அதன் அடிப்படை சூட்சுமங்களைத் தெரிந்து கொண்டானேயல்லாமல், அதையே முழு நேரத் தொழிலாக, சோறு போடும் வேராக மாற்றிக் கொள்ள அவனுக்குப் பிரியமிருக்கவில்லை. பட்டம் பெற்று கல்லூரி வளாகத் தேர்வில் கிடைக்கப் பெற்றிருந்த வாய்ப்பின் அழைப்புக்காகக் காத்திருந்த மாதங்களில் மத்திய தேர்வாணையத்தின் தேர்வுகளிலும், கூடவே கேந்திர இயந்திரத் தளவாடங்கள் சார்ந்த உற்பத்தி மற்றும் கட்டுமானத் துறைகளில் கள வெளியில் உடலாலும் கருத்தாலும் ஈடுபட வேண்டிய சவாலான வேலை வாய்ப்புகளிலும் தீவிரமாய்க் கவனம் செலுத்தினான். கல்லூரி வளாகத் தேர்வு கணினி சார்ந்தது என்பதாலும், ஒரு பெரிய நிறுவனத்தின் நேர்முகத் தேர்வு முடிவுகள் தாமதமாகிக் கொண்டிருந்த நிலவரத்திலும் வீட்டினுள் தொடர்ந்து முடங்குவது சலிக்கத் தொடங்கியிருந்த போது தேர்வாணைய முடிவுகள் முந்திக் கொண்டன. சற்றே மாறுபட்ட அபிப்ராயத்தில் இருந்த அப்பாவை தன் விருப்பங்களைக் கூறிச் சம்மதிக்க வைத்து இராணுவக் கல்லூரிக்குள் நுழைந்து விட்டான். எதிர் பார்த்ததைவிட பயிற்சிக் காலம் சவால் நிறைந்ததாக இருந்தாலும், அவனுடைய பரபரக்கும் மனதின் இயல்புக்குத் தீனி போட்டதால் பயிற்சியை வெற்றிகரமாக முடித்தான்.

மணமான புதிதில் சுமதி அவனுடைய இராணுவ நுழைவைப் பற்றிக் கேட்ட போது அவன் சொன்ன இந்த விளக்கங்கள் எல்லாம் ரயிலின் தாலாட்டாய் அவனோடு காற்றில், காதில் கிசுகிசுப்பதைப் போலத்தான் இருந்தது. தவிரவும் சுமதியைப் போலவே இந்திய விவசாயம் குறித்த புதிர் ஒரு போராட்டமாகவே இருந்து வருகிறது. அவன் கல்லூரியை முடிக்கும் பொழுது அப்பா தீவிர விவசாயத்தில் கவனம் செலுத்தியிருந்தார். பணி ஓய்வில் கிடைத்த நேரம், உற்ற துணையை இழந்து பின் எதிர் கொள்ளும் பூதாகரமான வெறுமை, இன்னமும் துடிப்புடன் இருக்கும் மன ஓட்டம் - இவற்றுக்கெல்லாம் இரை போட விவசாயம் அப்பாவிற்கு கை கொடுத்தது. அதைக் கலைக்க விரும்பாததாலும் அப்பாவின் காலத்திற்குப் பின் எப்படியும் கையில் வரும் விவசாயத்தை அப்பொழுது கவனித்துக் கொள்ளலாம் என்கிற

திட்டத்துடனும் அப்போது வீட்டை விட்டு விடைபெற வாய்ப்பளித்த இராணுவ வனத்திற்குப் புறப்பட்டுவிட்டான்.

ஒரு பெரிய நிலையத்தில் ரயில் நின்றது. இறங்குவோர் ஏறுவோர் பரபரப்புகள் முடிந்து ஏறியவர்கள் தங்கள் இடத்தை தேடிக் கொண்டிருக்கும் போதே ஒரு நீண்ட ஹார்ன் ஒலியுடன் புறப்பட்டது. இரவு உணவு வந்தது. பிரித்துச் சாப்பிடும் போது வசந்த் மறுபடியும் வந்து கண்களைப் பொத்தினான். "அப்பா யாருடையது சொல்லு பார்ப்போம்" என்பது போல. யாருக்கு யார் என்பது யாருக்குத் தெரியும்? வளரும் வசந்த் இப்பொழுதெல்லாம் இவனை அதிகமாகவே அரற்றுகிறான். தனக்கே இது ஒரு இடைவெளியின் பாரமாகும் போது அந்தச் சிறு வயதில் அவனுக்கு எப்படி இருக்கும்? சுமதியின் பாடுதான் கஷ்டம். ஜெயந்த் இல்லாத வெறுமையின் இடத்தையும் சேர்த்து இட்டு நிரப்ப வேண்டிய கட்டாயத்தில் அவளுடைய நாட்கள். இடைவெளிகளும் பிரிவுகளுமே உறவை ஆழமாகவும் அர்த்தம் நிறைந்ததாகவும் மெருகூட்டுகின்றன. சக பயணியும் சாப்பிட்டு முடித்து மெல்லிய சிரிப்புடன் விளக்கை அணைப்பதில் ஒன்றும் பிரச்சினையில்லையே என்பதற்கான நாகரிக முஸ்தீபாக "குட்நைட்" சொன்னார். பதிலுக்கு அவனும் சொல்லிவிட்டு நீல நிற இரவு விளக்கின் அரவணைப்பில் இவனும் படுக்கையில் சாய்ந்தான்.

சின்னஞ் சிறு விழிகளில் ஆயிரம் கனவுகளுடன் வசந்த் உறங்கியிருப்பான். சுமதி? உறங்கியிருப்பாளோ அல்லது ஏதாவதொரு ஆடை வடிவமைப்புப் புத்தகத்திலேயோ அல்லது பத்திரிகையிலோ மூழ்கியிருப்பாளோ? மணமான முதல் வாரத்திலேயே விண்ணப்பமாக அல்லாமல் ஒரு பிரகடனமாகவே சொன்னாள் சுமதி. வெறும் அடுக்களையின் அன்றாடமாவது அவளுடைய அகராதியில் இல்லை என்று திட்டமாகவே சொல்லி விட்டாள். மணமான மறு வாரமே அப்பா எது எடுத்து வருகிறாரோ இல்லையோ தன்னுடைய நவீன மின் விசை தையல் இயந்திரத்தையும் அவளுடைய புத்தக அலமாரி, மற்ற உபகரணங்களை முதலில் எடுத்து வரச் சொன்னாள். அவளுடைய ஒரு சில முயற்சிகளுக்கான சிறிய அங்கீகாரத்தை தொடும் விளிம்பிற்குள் அவள் வந்திருந்த போதுதான் ஜெயந்தை கரம் பிடித்திருந்தாள். ஜெயந்தின் தகப்பனார் அவள் ஏதோ நேரப் போக்கிற்கு செய்கிறாள் என்று நினைத்து அதைக் கண்டு

கொள்ளவில்லை. பின்னால் அவளுக்கு அதில் இருக்கும் தீவிரத்தை உணர்ந்த போதுதான், மடிக் கணனியில் அது தொடர்பான அலசல்களில் அவள் மும்முரமாயிருப்பது தெரிந்த போதுதான் அவளின் ஈடுபாடு அவருக்குப் புரிந்தது. ஜெயந்த்துக்கு எதிர்பாராமல் அவளிடமிருந்த இந்த தொழில் முனைவு தீவிரம் வியப்பாகவும் மகிழ்ச்சியாகவுமே இருந்தது. என்ன வேண்டுமோ செய்யலாம் என்று முழு சுதந்திரம் அளித்திருந்தான். அப்பா கூட லேசாக "அதிகம் அலட்டிக் கொள்ள வேணாம்னு சொல்லுப்பா" என்ற போது தீர்க்கமாக மறுத்து விட்டான். "அவள் நேரம்; அவள் உழைப்பு; அது அவளுடைய சுதந்திரம். ஒங்க மருமகள் அவளோட இந்த முயற்சியில நல்லா வருவான்னுதான் எதிர் பார்க்கிறேன். உதவ முடியலேன்னாலும் தடை சொல்லாமலிருப்போம்" என்று உறுதியாகக் கூறவும் அப்பாவும் ஒதுங்கிக் கொண்டார்.

அவளுடைய அந்தச் சிறிய நூலகத்தின் தேர்வுகளைப் பார்த்த போது அவனுக்குப் பெருமையாகவும் மகிழ்ச்சியுமாகவே இருந்தது. ஒரு சீரிய தேடலின் வியாபகமாய் அந்த புத்தகக் கலவை. மிகப் பெரிய நகரங்களில் தனியாக ஸ்டூடியோவும்,ஷோரூமுமாக பல ஜாம்பவான்கள் முண்டுகிற இந்த ஆடை வடிவமைப்புத் துறையில், தன்னளவிலாய், தன் வலியும் வினை வலியும் ஆய்ந்து அந்த சிறிய நகரத்திலிருந்து அவள் முயற்சிக்கிறாள். தற்செயலாய் கல்லூரியின் இரண்டாம் வருஷத்தில் ஒரு தொழில் முறைப் பயிற்சிக் கருத்தரங்கத்தில், இந்தியாவில் வளர்ந்து வரும் ஒரு ஆடை வடிவமைப்பாளரின் உரையிலிருந்து கிடைத்த உத்வேகத்தில், இறுகப் பற்றிக் கொண்டு முயன்று கொண்டிருக்கிறாள். இரண்டு சிறிய அங்கீகாரங்களையும், சன்மானங்களையும் பெற்றிருக்கிறாள். இன்னும் நிறைந்த கனவுகளோடு அவள் தொடர்கிறாள். எது அமைந்ததோ இல்லையோ தன்னுடைய முயற்சிக்கு ஜெயந்தின் நூறு சதமான ஊக்கமும் ஆதரவுமே அவளுக்கு தாம்பத்யத்தின் ஆகப்பெரிய பிரகாசமாக அமைந்து விட்டது.

5

ஜெயந்த் புறப்பட்டுப்போன மறு நாள் மதியம் பெண்களின் சுய தொழில் முனைவு குறித்த ஒரு கட்டுரையை “ஃபெமினா”வில் படித்துக் கொண்டிருந்தபோது, சுமதிக்கு கல்லூரிக்குள் நுழைய அவள் நடத்திய போராட்டமும் துணை நின்ற ஆச்சியின் நினைவும் வந்தது. ஆச்சி இல்லாத அவளுடைய உலகம் என்னவாக இருந்திருக்கும்? அந்த சூன்யத்தை அவளால் நினைத்துக் கூட பார்க்க முடிவதில்லை. “இந்த மனுஷன் மூணே மூணு நாள் படுக்கையாயிருந்து, பட்டுன்னு விட்டுட்டுப் போனப்ப எனக்கு ஒண்ணும் பிடிபடல. ஒங்கப்பன் வெவரம் தெரிஞ்ச ப்ராயத்துக்குள்ள வந்திருந்தாலும் ஒரே திகைப்புதான். விஷேசம் கழிஞ்சி உறவுக் கூட்டமெல்லாம் கரஞ்சதுக்கப்றம் கொஞ்சம் கஞ்சியக் கிண்ணத்ல வச்சுக்கிட்டு ஒங்கப்பன் என்ன தாங்கு தாங்குன்னு தாங்னதயும் எனக்கும் தம்பிக்காச்சுமாது இன்னும் ரொம்ப நாள் இருக்கனும்மான்னு அழுததுக்கப்றம்தான் ஓய்ந்தேன். இந்த உசிருக்கு ஒரு சங்கிலியும் , மூச்சு விடுறத நிறுத்றதும் நம்ம கைல இல்லங்ற அறிவும் எட்னப்பத்தான் கொஞ்சம் நிதானமானேன். ஒங்கம்மா மின்னலா இந்த வீட்டுக்குள்ள வந்துட்டுப் போனதுக்ப்றம் ஒன்ன பாக்கத்தான் ஆண்டவன் இந்த உசிர வச்சிருக்கான்னு புரிஞ்சதுக்கப்றம் நான் எதயும் பெருசா எடுத்துக்றது இல்லம்மா. ரெண்டொரு தரம் கொஞ்சம் உசுப்பி பாத்தேன். ஒனக்காகவாச்சும் உறவுக்குள்ள ஏதாவது ஒன்ன பாத்து அவன ரெண்டாவதுக்கு ரெடியாகனும்னு சொல்லிப் பாத்தேன். ஒன்னால என் பிள்ளய பாக்க முடியலன்னா சொல்லிரு. அவள எப்டி வளத்துக் கொண்டு வரணும்னு எனக்குத் தெரியும்ன்னு மூஞ்சில அறைஞ்ச மாறிச் சொல்லிட்டாம்மா. அதுக்கப்றம் நான் அந்த பேச்சயே விட்டுட்டேன். உறவுகளோட அரிப்பயெல்லாம் மொகத்துக்கு நேர கண்டிச்சு வாய மூடிட்டான். தப்பித் தவறி யாராச்சும் ஒன் பிறப்பயும் ஒங்கம்மா போனதயும் முடிச்சு போட்ற மாதிரி பேசிட்டாங்கன்னா அருவாள எடுக்காத கொறதான்; வாயாலேயே சீவிப் போடுவான். அதுக்கப்றம் அப்டிப் பேசுவனங்கள ஏறெடுத்துக் கூடப் பாக்க மாட்டான். அப்டியொரு சீண்டு ஒன்

மேல வந்த்ரக் கூடாதுன்றதுல அவ்வளவு ஜாக்ரதயா இருப்பான். நீ வளந்து வீட்டுக்குள்ள வளய ஆரம்பிக்கறதுக்கும் முன்னாலயே வயலும் வரப்பும் நீயும்னுதான் நானே அமைதலாயிட்டேன். ஒங்கம்மா இல்லேங்றத தவிர என்ன கொறஞ்சிருச்சு போ?" என்று நாட்களின் புரிதலாய் ஆச்சியின் வார்த்தைகள் நிறைவாய் வருவதே அவளுக்கு மிகப் பெரிய ஆறுதலாய் இருந்திருக்கிறது.

பருவம் எய்திய நாடகத்தை - அந்த நாட்களை இப்பொழுது நினைத்தாலும் அவளுக்கு சிரிப்புதான் மேலிடும். கணக்கு டீச்சர் கண்டறிந்து மதிய உணவு இடை வேளயிலேயே ஒரு துணையுடன் அனுப்பி வைத்து வீட்டுக்குள் நுழையும் போதே பரபரத்து "ஏம்மா என் தாயி ஆண்டவனேன்னு" கை பிடித்து ஓரமாய் உக்கார வைத்து எதிர் வீட்டு அத்தையை உடனே வரச் சொல்லி தண்ணி விட நேரம் பாத்து, வயல்வெளிக்கு அப்பாவுக்கு தகவல் அனுப்பி, மெல்லிய திரையிட்ட விழி நீருடன் "தாயி" என்றதும், ஆச்சியின் பூரிப்பும், சாமி, அம்மா போட்டாக்களுக்கு மத்தியில் நெடுஞ்சாண்கிடையாக விழுந்துருகியதும் – ஒரு மாற்றத்தில் என்ன இத்தனை பரபரப்பு என்று இரசிக்க முடியாதவளாய் அந்த நாட்கள். நான்கு நாட்கள் கழித்து பள்ளிக்கூட வாசல் தாண்டி உள்ளே நுழையும் போது கணக்கு டீச்சர் " எப்டிடா இருக்க – ஹவ் ஆர் யூ?" என்று சொல்லியவாறே முதுகில் தட்டிக் கொடுத்து கடந்த போது, அந்த நொடியில் அம்மா ஒரு கணம் மனதில் உருவம் கொடுத்து விட்டு மறைந்தாள். அம்மாவின் எதிர்வினை என்னவாய் இருந்திருக்கும்? எப்படி இருந்திருக்கும்? பெண்ணின் இயல்பான ஒரு முகிழ்வில் முழுக் குடும்பமும் உறவும் இப்படி முனைந்து கொண்டாடுவானேன்? அவளுக்கு பிடி பட வில்லை. அதிகம் அலட்டிக் கொள்ளவும் இல்லை. மூன்று நாள் பாடங்கள் தலைக்கு மேல் இருக்கின்றன. ஒரு வாரம் கழித்து சாப்பிட்டு வெத்தலைக்கு பாக்கைத் தேடிக் கொண்டிருந்த போது "தாய் இந்த வருஷம் படிப்ப முடிச்சிரட்டும்மா; அப்றம் யோசிப்போம். நீ என்ன சொல்ற?" என்று ஆச்சிட்ட கேட்டப்ப "டேய், அவ இன்னும் ரெண்டு வருஷம் போய் ஹைஸ்கூல முடிச்சிரட்டுண்டா. காலம் எப்டி போய்க்கிட்ருக்கு; மண்டைல ஒன்னும் ஏறலன்னாலும் பரவாயில்ல, அவ சும்மா சரஸ்வதி மாறி அள்ளித் தெறிச்சிக்கிட்டு வாரா – அவளப் போய் ஒம்பதோட நிறுத்தனுங்றியே? படிக்கட்டும். அவ ஆத்தா கேட்ருந்தான்னா ஒன்ன குத்திருப்பா" என்று ஆச்சி படிப்பை பாதுகாத்தாள். "ஒனக்கு சரின்னா எனக்கு

ஒன்னுமில்லம்மா" என்று அப்பா ஒதுங்கிக் கொண்டார். ப்ளஸ்டூவுக்கே யோசிக்கும் அப்பாவை தன்னுடைய கல்லூரிக் கனவுகளுக்குச் சம்மதிக்க வைக்க தன்னுடைய ஒரே துருப்புச் சீட்டு ஆச்சிதான் என்பதை உணர்ந்தவளாய் ஆச்சியை அதற்கு தயார் படுத்த ஆரம்பித்தாள்.

கோடை விடுமுறை நாட்களிலேயே தன் ஒத்திகையை ஆரம்பித்தாள் சுமதி. "காலேஜ் போப் போறியா? போயி? ஒங்கப்பன் ஸ்கூல முடிக்கவே அவ்ளவு யோசிச்சான்ல?" என்று இழுத்த ஆச்சியை அரிக்க ஆரம்பித்தாள். "என்னது காலேஜா? அதான் சின்ன புள்ள ஏதோ வெவரமில்லாம சொல்லுதுன்னா நீ அதக் கேட்டு தட்டி வக்காம யேன்ட்ட வந்து பிராது கொடுக்க. போ போ, போய்ப் படு. படிச்சதுல்லாம் போதும். நீ இன்னுமா அதுக்கு ஒரு பையன குறிக்காம இருக்க. வெள்ளாம முடியட்டும். ஜே ஜேன்னு நடத்திரலாம்." என்று சொல்லிக் கொண்டே கால்களை நீட்டிக் குறட்டை விட ஆரம்பித்து விட்டார் அப்பா. போராட்டம் தொடங்கியது; துவந்தது. அப்பா கோயிலுக்கு கூப்பிட்டார்; தலை வலி என்றாள். களத்து மேட்டுக்கு உடன் வரச் சொன்னார்; புத்தகம் படிக்கிறேன் - வரவில்லை என்றாள். உறவுக்குள் ஒரு கல்யாணம்; வரவே மாட்டேன் என்று அடம் பிடித்துச் சாதித்து விட்டாள். ஆச்சியிடம் சீறினார். "பேத்தியாளும் மகளுமாச் சேந்துக்கிட்டு என்ன போராடிக்கிட்டு இருக்கீங்க?" என்று பொருமிவிட்டுப் போய்விட்டார். ஆசை ஆசையாய், அகாலமாய் விட்டுப் போனவளின் நினைவாய், பாத்து பாத்து வளர்த்த செல்ல மகளிடமிருந்து இப்படியொரு புயல் புறப்படுமென்று அவர் கனவிலும் நினைத்திருந்ததில்லை.

ஆச்சி கடைசி அஸ்திரத்தைக் கையிலெடுத்தாள். "ஒவ்வொரு பிள்ளங்க மாதிரி கலர் ரிப்பன், தாவணி, ஜிமிக்கின்னு கேட்டாட ஒன்னக் குடஞ்சிக்கிட்ருக்கா? படிக்கப் போறேன்னு சொல்லுது. என்னடா தப்பு? எந்தக் காலத்துல இருக்க? அது படிச்சு நாளைக்கு நல்ல உத்யோகத்ல வந்துதுன்னா ஒனக்குத்தானட பெருமை? அந்த பிள்ள மொகத்த பாருடா? அவ அம்மா இருந்திருந்தா நீ இப்டி முறுக்குவ? அவளோட வாரிசுடா அது. சரியாவே சாப்டறதில்ல. நாளேலேர்ந்து வீட்ல ஒனக்கு மட்டுந்தான் அடுப்பு பத்த வக்கனும். அது சாப்டாம எனக்கென்ன வாழுது? காலேல ஒரு பிஸ்கெட் மாத்ரம் கடிச்சிது. பாலக் குடிச்சிட்டு படுத்துக்குது. நான் எவ்ளவோ சொல்லிட்டேன். போற காலத்ல ஒங்க ரெண்டு பேருக்கும்

இடையில மாட்டிக்கிட்டு போராட எனக்கு சீவன் இல்ல. சீக்கிரம் ஒரு முடிவெடு" என்று முடங்கிக் கொண்டாள் பாட்டி.

மகள் சிரித்துப் பார்த்து நாட்கள் ஆகி விட்டன. உண்ணா விரதம் வரை இது போகுமென்று அவர் எதிர்பார்த்திருக்கவில்லை. பொம்பளப் பிள்ளங்க நாலெழுத்து தெரிஞ்சிருக்கனுங்ற நாள் போய் எந்தக் காரியங்களையும் கையெடுத்து நடத்த முடியும் என்கிற நாட்கள் வந்து விட்டன என்பதை அவர் உணர்ந்திருந்தார்தான். களத்து மேட்ல பாத்தப்போ வாத்தியார் "பிள்ள மேல படிக்கனுன்னு ஆசப் பட்டா அனுப்பு. அவ ரொம்பக் கெட்டிக்காரி. ஓஹோன்னு வருவா"ன்னு சொன்னது வேறு நினைவில் வந்தது. கடைசியா எதிர் வீட்டு அண்ணாச்சியிடம் ஒரு ஆலோசனை கேட்டப்போ "பழய நாள்லயே நின்னுக்கிட்ருக்கக் கூடாதுப்பா. ஒத்த பிள்ளதான். எல்லா சுகத்தயும் விட்டுட்டு இத்தன நாள் ஒட்டிட்ட. படிக்கனும்தான சொல்லுது. ஒன்ட்ட என்ன காசில்லயா? யோசிக்றதுக்கு. அது ஆசையக் கெடுக்க வேண்டாம்" என்று அண்ணாச்சியும் கொடி காட்டிய பிறகுதான் ஒரு வழியாகக் கல்லூரிக் கதவுகள் அவளுக்காய் திறந்தன.

கல்லூரிக்கு போய் விண்ணப்பம் வாங்கி வந்த அன்றே கல்லூரியின் கேன்டீனுக்கு அப்பாவைக் கூட்டிக் கொண்டுபோய் குடிக்க வைத்த காப்பியிலேயே அவருக்குப் பெருமை தாங்க வில்லை. அந்த வளாகத்தின் கம்பீரம், விஸ்தாரமான நூலகத்தின் புத்தக அலமாரிகள் எல்லாமே அப்பாவின் மனவெழுச்சியை விஸ்தாரமாக்கியதை அவர் முகம் சொல்லியது. "பிள்ளய ரொம்பத்தான் கோவிச்சுக்குட்டேனோ" என்று உள்ளூர வருத்தம்தான். வளர்பிறையாய் மகளின் முகத்தில் திரும்பி வந்த அந்தக் குறுகுறுப்பை பார்த்தபின்தான் நிம்மதியானார்.

அதன்பின் மூன்றாம் வருஷத் துவக்கத்திலேயே தையல் இயந்திரம் கேட்டாள். பழைய அனுபவத்தின் நினைவு, உருப்படியாய் ஒரு தொழில் ஆர்வம் என்ற நிறைவில் அவள் கேட்ட மாடலை அப்படியே வாங்கித் தந்தார். கல்லூரியில் இரண்டாம் வருஷத்தில் தொழில் முனைவு அறிமுக கருத்தரங்கத்தில் ஆடை வடிவமைப்பு பற்றி துறையின் ஒரு முன்னணி வடிவமைப்பாளர் ஆற்றிய உரைகளின் விதை அவளுள்ளே விருட்சமாக வேர் விடுவதை அப்பாவிடம் முதலில் விரிவாகச் சொல்லவில்லை. போகப் போக அவருக்குப் புரிய வைக்க முடியும் என்பதில் தெளிவாயிருந்தாள். கல்லூரி நூலகத்தில்

கிடைத்த சில நூல்கள், திருச்சி பழைய புத்தகக் கடைகளில் கிடைத்த ஆடை வடிவமைப்பு நாகரிகம் தொடர்பான சஞ்சிகைகளின் பழைய பிரதிகள், கருத்தரங்கத்தில் சொல்லப்பட்ட இணையதளங்கள் என்று தன் தேடலை விரித்து, பதின்வயது பெண்களின் ஆடை வடிவமைப்பை தன் ப்ரத்யேகத் தளமாக்கிக் கொண்டு ஈடுபட்டாள்.

தையல் இயந்திரத்தில் விட, மடிக் கணினியிலும், வண்ண வண்ணப் படங்களால் ஆக்ரமிக்கப் பட்டிருந்த பத்திரிகைகளிலும் அதிக நேரமும் கவனமும் செலுத்தி, ஒரு பெரிய நோட்டில் விதவிதமான வர்ணப் பென்சில்களினால் மகள் வரையும் படங்களைப் பார்த்தவருக்கு ஒன்றும் புரியவில்லை. “ஏன் தாயி தைக்கறதுக்கு டெய்லர் அளவெடுப்பாருன்னு பாத்ருக்கேன். நீ என்ன டிசைன் டிசைனா படம் போட்டுக்கிட்டுருக்க ?” என்று சிரித்துக் கொண்டே கேட்டார். “பொறுங்கப்பா, பிள்ளை பொறக்கரதுக்கு முன்னாடியே பேர் வைக்கணும்னு நெனச்சா எப்படி? நான் சொல்றேன்” என்று அமர்த்தினாள். ஒரு வழியாய் எதிர் வீட்டு அண்ணாச்சி பேத்தியின் ஆறாவது பிறந்த நாளுக்கு மகள் தயார் செய்து கொடுத்த கவுனையும் அதன் கலர்,டிசைன், அமைப்பு எல்லாமே ஊர் கடைகளில் இருப்பதை விட வித்தியாசமாய் பளிச்சென்று ஒரு கம்பீரத்துடன் மிளிர்வதைப் பார்த்த பின்தான் மகள் ஏன் கலர் பென்சில்களுடன் போராடுகிறாள் என்பது அவருக்குக் கொஞ்சம் புரிந்தது போல இருந்தது.

ஃபெமினா இதழும் புனேயிலுள்ள ஒரு பிரபல ஆடை வடிவமைப்புக் கல்லூரியும் இணைந்து நடத்திய ஒரு போட்டியில் சுமதியின் பதிமூன்று வயது பெண்ணுக்கான ஒரு சுடிதார் வடிவமைப்புக்கு இரண்டாம் பரிசு கிடைத்தது. அவளுடைய ஒரு மாத உழைப்பு மற்றும் ஈடுபாட்டிற்கான அங்கீகாரம் அது. கையோடு அந்த வடிவமைப்பு சென்னையின் ஒரு பிரபல ஆடைகள் தயாரிப்பு நிறுவனத்தினால் ஏற்கப்பட்டு அந்த சன்மானமும் கிடைத்தது.

நம்பிக்கையும் உற்சாகமும் அளித்த இந்த அங்கீகாரங்களுக்குப் பின் சுமதி அந்த புனே கல்லூரி நடத்தும் இணைய வழி ஒரு வருட முது கலை பட்டய ஆடை வடிவமைப்பு பாடத் திட்டத்தில் சேருவதற்குண்டான முயற்சிகளில் தீவிரமானாள். இணையத்தில் அலசியதில் காலம், வாய்ப்பு,வசதி,பாடத் திட்டத்திற்காண கட்டணம் எல்லாவற்றையும் யோசித்ததில் இந்த புனே கல்லூரியின்

பாடத் திட்டம்தான் பொருந்தி வந்தது. நேரம் பார்த்து அப்பாவிடம் அச்சாரம் போடத் துவங்கியிருந்தாள். ஒரு சான்றிதழாவது கையில் இல்லாமல் இந்தத் துறையில் சாதித்து நங்கூரமிடுவது சாத்தியமற்றது என்பதை அவள் புரிந்திருந்ததால் இந்தப் படிப்பை எப்படியாவது முடித்து விட வேண்டுமென்பதில் உறுதியாயிருந்தாள். இதனூடே திருமணப் பேச்சுகள் ஆரம்பமாகி ஜெயந்துடன் இணைவது உறுதியான நிலவரத்தில் வாழ்க்கைப் பாடம் ஆடை வடிவமைப்புப் பாடத்தைச் சற்று தள்ளிப் போட்டது. ஜெயந்தின் உற்சாக அங்கீகாரத்தில் மணமான ஐந்தாம் மாதத்தில் அவள் புனே கல்லூரியின் இணையத்தில் இணைந்துவிட்டாள்.

தன் முயற்சிகள் குறித்து சுமதிக்கு ஒரு உத்தேச முன் வரைவு இருந்தது. சமயம் வாய்க்கும்போதெல்லாம் ஜெயந்துடன் அதைப் பகிர்ந்து கொண்டு விரிவாக்குவதில் உறுதியாயிருந்தாள். திருச்சி நகரம்தான் சுமதியின் சாத்தியமான இலக்கு. முதல் முயற்சியில் பெருநகர அசுரப் போட்டிகளை தவிர்த்து, ஒரு மத்தியதர வளர்கின்ற நகரத்தில் அறிமுக முன் முயற்சியாய் துவங்குவது, இந்த ஆடை வடிவமைப்புத் துறையில் திருச்சி சாத்தியமாக்கும் அனுகூலங்கள். தவிரவும் தேவைக்கேற்றபடி ஒரு புறநகர் பகுதியில் குடியேறினால், ஊரில் ஜெயந்தின் வேளாண்மை முயற்சிகளுக்கான போக்கு வரத்துக்கும் வசதியாயிருக்கும். நகரின் கேந்திரமான இடத்தில் சிறிய காட்சியறை/கடையுடன் அவளுடைய வணிக முத்திரைக் குறியை (Logo) தேவைப்படும் விளம்பர உத்திகளுடன் தடம் பதிக்கச் செய்ய வேண்டும். ஒப்பீட்டளவில் அதன் சந்தை சற்று விரிவானது என்பதால் பதின்வயது பெண்களின் வடிவமைப்புகள்தான் அவளுடைய தேர்வு. இந்த காட்சியறையிலிருந்து தன் வணிக முத்திரைக் குறியை நிலைநிறுத்திக் கொண்டே சில மற்ற வடிவமைப்பு நிறுவனங்களுக்கு பதின்வயதுத் தாண்டிய இளம் மகளிருக்கான ஆடைகளில் பரிந்துரைக்கும் வடிவமைப்பு ஆலோசகராகவும் அடுத்த கட்டத்தை நோக்கி முன்னேற வேண்டும். இந்த ஆலோசனைத் தளத்தில் மூன்று நான்கு வருஷங்களில் ஒரு ப்ரத்யேக இடத்தைத் தக்க வைத்துக் கொண்டு சரியான சந்தை ஆய்வின் அடிப்படையில் இரண்டு பெரு நகரங்களைத் தேர்ந்தெடுத்து அவற்றின் பிரபலமான காட்சியறைகளில் அவளுடைய பதின்ம வயதுத் தயாரிப்புகளைக் காட்சியாக்கி விற்பனையை விரிப்பதுதான் அவளுடைய திட்டம். இந்த விஸ்தரிப்புகளுக்கேற்றபடி சரியான ஒருங்கிணைப்புகளை

உறுதி செய்து திருச்சியில் உற்பத்தி நடவடிக்கைகளை விரிவாக்க வேண்டும். சரியான திட்டமிடலுடனும் தீவிர அர்ப்பணிப்புடனும் ஒரு வங்கியின் நிதி உதவியுடனும் களத்தில் காய்களை நகர்த்த முடியும் என்பதில் அவள் நம்பிக்கையுடன் உறுதியாயிருந்தாள். இந்த உலகத்தின் எத்தனையோ விதமான அசைவுகளில் இந்த பெரு வேள்விக் கனவுகளோடும் தனக்கும் ஒரு இடமுண்டு என்கிற உறுதியோடும்தான் அவள் இப்பொழுதும் பயணிக்கிறாள்.

6

காலையில் எழுந்து, டீ அருந்தி இன்னும் ஒரு மூன்று மணி நேர பயணத்திற்கு தன்னை புதுப்பித்துக் கொண்ட ஜெயந்த், அடுத்து நின்ற நிலையத்தில் கிடைத்த "டைம்ஸ் ஆஃப் இந்தியா"வை வாங்கி தன் இருக்கைக்குத் திரும்பினான். அந்த சிறிய நகரத்தைக் கடந்த இரயில் வேகமெடுத்து, இரு புறமும் அந்த நகரத்தின் உழைப்பின் விடையாய், செழித்து வளர்ந்து கதிர்கள் முற்றி அதன் பாரத்தில் காற்றில் தாழ்ந்து ஆடி சிலிர்க்கும் கோதுமை வயல் வெளிகளின் ஊடாய், நீண்ட ஹார்ன் ஒலியுடன் தீவிரித்து விரைந்தது. ஹார்ன் ஒலி கேட்டு தான்ய மணிகளுக்குள் தம் வேட்டையை நடத்திக் கொண்டிருந்த பறவைகள் கூட்டம் கிரீச்சிட்டு இறக்கைகள் படபடக்க எழுந்து சிதறி பறந்தன.

இரயிலின் வேகம், பயிர்களும் பறவைகளும் அவனையுமறியாமல் அவனை - அவன் வளர்ந்த நாட்களையும், வயல் வெளிகளையும் நோக்கி பின்னுக்கிழுத்தன. உண்மையில் அந்த நாட்கள், வாழ்க்கை – அது ஒரு கனாக் காலம்தான். அந்த ராஜ்யத்தின் நாயகன் பெரியப்பா - அநேகமாக நிலவுடைமைச் சமூகத்தின் அவனறிந்த கடைசி ஆளுமையாக அந்தக் கம்பீரம் இப்பொழுதும் அவன் முன் நிழலாடுகிறது. இன்னமும் அதன் மிச்ச சொச்சமாக தம்பி ஈஸ்வரன். பழைய பந்தா இல்லை என்றாலும் அதன் வாசம் இன்னமும் இருக்கத்தான் செய்கிறது; இப்பொழுதும் ஊரில் அவன் மைனர் முதலாளிதான். ஜெயந்தை இலகுவாக அணுகுகிறவர்கள் இளையவன் ஆனாலும் ஈஸ்வரனிடம் சிறிது தூரம் கடைப் பிடிக்கவே செய்கிறார்கள்.

பெரியப்பாவுக்கு கல்யாணியும் ஈஸ்வரனும்; கல்யாணிதான் மூத்தவள். ஆனால் கல்யாணி சற்று தாமதமானதில் ஜெயந்த் முந்தி விட்டான். இப்படி அந்த பண்ணைக் குடும்பத்தில் மூன்று பையன்களுக்கு மத்தியில் கல்யாணி ஒரே ஒரு பெண் வாரிசாக. கேட்க வேண்டுமா என்ன அவள் வளர்ந்த கதையை. இதிகாச நாட்களின் இளவரசிகள் தோற்றுப் போவார்கள். நடை தரை பாவ அனுமதிக்க மாட்டார்கள். அம்மா, பெரியம்மா ராஜாங்கத்தில்

கல்யாணிக்குப் பிறகுதான் இவர்கள் மூவருக்கும் இடம். ஜெயந்த் வயதில் மூத்தவன் ஆனதால் கல்யாணி அவனை அண்ணா என்ற வாய் நிறைந்த பாசத்தோடும் உரிமையோடும் அழைத்து அவனிடம் ஒட்டிக் கொள்வாள். தம்பிகள் என்பதாலும் குடும்பத்தில் அவளுக்குத் தரப்பட்ட தனி அந்தஸ்தாலும் ஈஸ்வரனையும், மகேஷையும் ஆட்டி ஓட்டிக் கொண்டுதானிருப்பாள். ஈஸ்வரன் அவளோடு மல்லுக் கட்டிக் கொண்டே இருப்பான். பஞ்சாயத்து அநேகமாக ஜெயந்திடம்தான் வரும். தற்காலிக ராசியாகும். வெகு அரிதாக தீர்ப்பு திருப்தியில்லாமல் பெரியப்பா என்ற மேல் கோர்ட்டுக்கு போய் விடும். அந்தச் சந்தர்ப்பங்களில் ஈஸ்வரனுக்கு பிராது ஜெயந்த்தான். "எங்கயா அந்த ராஸ்கலை?" என்றுதான் உறுமுவார் பெரியப்பா. ஆம்; கடைசிவரை பெரியப்பா ஜெயந்தை அய்யா என்றுதான் கூப்பிட்டார். அவன் குடும்பத்தின் தலைமகன் என்பதால் அவனுக்கு மட்டும்தான் அந்த மரியாதை. ஈஸ்வரனை அநேகமாக ராஸ்கல் என்றும் சாதாரணமாகக் கூப்பிட்டால் ஈஸ்வரா என்றும்தான் கூப்பிடுவார். மகேஷை பிரியத்துடன் எப்பொழுதும் யேன் சின்னவர் எங்கேன்னுதான் கூப்பிடுவார். உறவுகளின் விஷேச வீடுகளில், கோவில் விழாக்களில், ஊர் நிகழ்வுகளில் பளபளக்கும் பட்டு வேஷ்டியும் ஜிப்பாவும், சீராக ஒன்று போல் பின்னால் இழுத்துச் சீவி விடப்பட்ட அலை பாயும் தலை முடியும், சந்தனப் பொட்டும் ஜவ்வாதும், மைனர் செயின், மோதிரம், ரோலக்ஸ் வாட்சுடன், கூடவே படு ட்ரிம்மாக கவனமாக உடுத்துவிக்கப் பட்ட சின்ன கம்பீரமாக மகேஷும். அவர்கள் இருவருக்கும் பின்னால்தான் அப்பா, ஜெயந்த், கல்யாணி, ஈஸ்வரன்; இவர்கள் பின்னால் பெரியம்மாவும் அம்மாவும். நாற்காலிகளில் அமரும் போது முன் வரிசையில் பெரியப்பாவை அடுத்து மகேஷ், அடுத்து அப்பா, பின் வரிசையில் மற்றவர்கள் எல்லோரும். இதுதான், நடுவூர் பண்ணைக் குடும்பத்தின் எழுதப் படாத ப்ரோட்டாக்கால்.

நடந்து போய்க் கொண்டிருக்கும் போது பெரியப்பா ஏதோ கேட்க நினைப்பது போல் தெரிந்தால் அப்பா முன்னால் சென்று என்ன என்று கேட்டு பதில் சொல்லி விட்டு மறுபடியும் பின்னால் வந்து விடுவார். பெரியப்பாவின் கடைசி இரண்டு வருடங்களுக்கு முன்னால் வரையிலும், கையில் அவருடைய வெள்ளி வெற்றிலை செல்லம், பழைய கூஜாவுக்குப் பதிலாக தோளில் ஒரு பெரிய ஃப்ளாஸ்க் வெந்நீருடன், சில சமயங்களில் காப்பியுடன் அவர்

கண்ணசைவுக்காக, அநேகமாக அவருக்குப் பிரியப் பட்ட மூன்று பண்ணையாட்களில் யாராவது ஒருவர் அவருக்காகவும் இவர்கள் எல்லோருக்காகவும் காத்திருப்பார். ஜெயந்த், கல்யாணி, ஈஸ்வரன், மகேஷ் நாலு பேருமே பெரியவர்கள் நால்வரையும் அப்பா அம்மா என்றுதான் கூப்பிடுவார்கள். பெரியப்பா சித்தப்பா என்பது கிடையாது. வாரத்தில் எப்படியும் மூன்று முறை பெரியப்பா வீட்டுக்குப் போக வேண்டுமென்பது எழுதப் படாத விதி. அண்ணன் தம்பி வீடுகள் அடுத்தடுத்த தெருதான். "ரொம்பப் பழைய கணக்கெல்லாம் போட்டுக் கொழப்பக் கூடாதுப்பா. இப்ப பிள்ளைகள் ஆயிரம் கனவுகளோடு வருவார்கள்" என்று அப்பாவின் திருமணம் உறுதியான உடனேயே பெரியப்பா நேரில் நின்று அந்த இன்னொரு பண்ணை வீட்டை முற்றிலுமாய் புதுப்பித்தார் என்று அப்பா சொல்லியிருக்கிறார். அண்ணன் சொல்வதை வேண்டாம் என்றெல்லாம் சொல்ல முடியாது. பின்னாட்களில் "இந்த வீட்டை புதுசாக்கறேன்னு ஓங்க பெரியப்பன் பண்ண தமாஷுக்கு ஒரு புது வீடே கட்டியிருக்கலாம். ஆனா புது வீடு கட்டினா அது ஊர் முன்னாடி மட்டாயிரும். இதுன்னா ஒரு பண்ணை வீட்டுல அண்ணனும் இன்னுன்ல தம்பியும் இருப்பதா பிரச்னை இல்லாம போயிரும்." பெரியம்மா "தேவைன்னா பின்னாடி பாத்துக்கலாமே? இப்ப ஒடனே எதுக்கு?" என்று அபிப்ராயப் பட்ட போது "தம்பி கல்யாணம் பண்ணிட்டு தனியா போய்ட்டான்னு ஊர் பேசுங்றது ஒனக்கு புரியலயா?" என்று ஒரே வரியில் பெரியப்பா முடித்து விட்டார்.

இரண்டு அம்மாக்களையும் அப்பா பெரியப்பாவையும் திருப்தியுடன் வைப்பதில் நாலாம் வகுப்பு வருகிற போதே ஒரு அட்டவணையுடன் ஜெயந்த் தேறி விட்டான். மாலை பெரியப்பா வீட்டுக்குப் போவதென்றால் காலையிலேயே அம்மாவிடம் சொல்லி விட்டு பள்ளிக்கூடத்திலிருந்து நேராக பெரியம்மாவிடம் போய் விடுவான். பெரியம்மாவின் பாச மழையில் நனைவதே தனி சுகம்தான். நாட்கள் சென்ற பின்பும் பெரியம்மாவுக்கு ஜெயந்த்தான்; பெரியப்பாவுக்கு மகேஷ் என்றே ஆகிவிட்டது. ஈஸ்வரன் அநேகமாக அம்மாவின் அரவணைப்பில். பெரியப்பாவுக்கும் பெரியம்மாவுக்கும் வேண்டிய சின்ன சின்ன வேலைகள், விடுமுறை நாட்களில் பெரியப்பாவுடன் வயல் வெளி தோட்டங்களுக்குச் செல்வது, பெரியம்மாவுடன் கோவிலுக்கு போவது இப்படி ஒரு தொடர்ந்த அட்டவணைதான். கல்யாணி

வந்ததற்குப் பிறகுதான் ஓரளவு ஜெயந்துடைய பாத்திரம் சற்று குறைந்தது. கல்லூரி நாட்கள் வரையிலுமே ஜெயந்த் நிலவுடைமைச் சமூக உறவுகளின் மையத்தில் வளர்ந்தவன்தான்.

அப்பா ஆரம்பித்திலிருந்தே இந்த ஜபர்தஸ்துகள், பண்ணை அதிகாரங்கள் இவைகளிலெல்லாம் அதிகப் பிடிப்பில்லாத ஒரு விலகி நிற்கிற நடை முறையிலேயே வளர்ந்திருக்கிறார். தாத்தா அப்பாவை எப்பொழுதும் "அவனா..? அவன் ஒரு விட்டேத்தி" என்று உரிமையோடும் பாசத்தோடும் கேலி செய்வதுண்டாம். பெரியப்பாவுக்கும் அப்பாவுக்கும் இரண்டு வருட இடைவெளி; தம்பியை தரையில் விடுவதில்லையாம் பெரியப்பா. வீட்டுக்கு வரும் உறவு முறைப் பெண்கள் கூட தம்பியை அதிகம் தூக்கிக் கொஞ்சுவதை அனுமதிப்பதில்லையாம். கடைசி வரை தம்பியைக் குறித்த எல்லாக் காரியங்களிலும் தனிக் கரிசனையோடுதான். பெரியப்பா நாட்கள் வரையிலும் மேலான சில விவரங்கள் தவிர, அதுவும் பெரியப்பாவின் விருப்பத்தின் படிதான் அல்லாமல் நில புலன்கள், பயிர் கணக்கு, வரவு செலவு எதுவும் அப்பா அலட்டிக் கொண்டதே கிடையாது.

பெரியப்பா எஸ்.எஸ்.எல்.சியோடு நின்று விட்டார். அதற்கு மேல் அவருக்கு பிரம்மாத நாட்டமில்லை. தாத்தாவும் இருந்த நிலவரங்களைக் கணக்கிலெடுத்து அவரைக் கண்டித்து வற்புறுத்தவில்லை. சதா புத்தகமும் கையுமாய், அண்ணியைத் தவிர வேறு யாருடனும் எதிலும் பட்டுக் கொள்ளாமல் நடமாடும் இளைய மகன் நிலவரம் அவரை யோசிக்க வைத்திருக்க வேண்டும். எனவே பெரியவனை சிறிது சிறிதாக பழக்கப் படுத்தி தயாராக்கினால்தான் இந்த சின்ன சாம்ராஜ்யம் தன் சந்ததியின் நாட்களிலும் சரியாமல் இருக்கும் என்கிற கணிப்புகளும் சேர்ந்து, பெரியப்பா உயர்நிலைப் பள்ளியுடன் ஏட்டைக் கட்டிவிட்டார். அப்பா டவுன் கல்லூரிக்குச் சென்றார். பின் திருச்சியில் எம்.ஏ. சேர்வதற்கு அண்ணனை சம்மதிக்க வைக்க அப்பாவுக்குப் பிடி அண்ணி – பெரியம்மாதான். "ஏன்ப்பா எனக்கும் சேத்து படிக்கனும்னு தீர்மானிச்சிட்டியா?" என்று கேலியாய் சீண்டி, திருச்சி கல்லூரி விடுதியில் மூன்று நாட்கள் தம்பியுடனேயே தங்கி சாப்பாடெல்லாம் வசதிப் படுமா என்பதெல்லாம் உறுதி செய்து விட்டு, கூடவே உறவில் ஒன்று, நட்பில் இரண்டு என்று திருச்சி பெரிய கைகள் மூன்று பேரை அறிமுகப் படுத்தி விட்டுதான் திருப்தியாய் ஊர் திரும்பினாராம் பெரியப்பா. "நான்தாண்டா ஓங்க

பெரியப்பனுக்கு முதல் பையன். நீ , கல்யாணில்லாம் வந்ததுக்கப்றம்தான் கொஞ்சம் விட்டான். காலேஜ் போனவுடனேயே சைக்கிள் நான் கேக்கல. ஆனா டவுனுக்கு கூட்டிட்டுப் போய் மூனு கடை ஏறி இறங்கி அவரே அடிஷனல் ஃபிட்டிங்க்ஸ் எல்லாம் சொல்லி அந்த றாலீஸ் சைக்கிள். பெரியப்பன் ஒலகமே தனி" என்று அவரை நினைவுகூரும் போதெல்லாம் பெரு மூச்செறிவார் அப்பா.

7

பெரியப்பாவின் அன்றாடம், அது ஒரு தனி ராஜாங்கம்தான். காலை எழுந்து ஒரு காப்பியுடன் கிளம்புவார். தெரு முனையைக் கடந்து ஆற்றை நோக்கி திரும்பும் முன்பே எப்படியும் ரெண்டு பேர் ஒட்டிக் கொள்வார்கள். அரசியல், நாட்டு நடப்பு,ஊர் விவரங்கள், கோயில், திருவிழாக் காரியங்கள், உடன் வருபவர் ஒருவரின் சொந்த பஞ்சாயத்து, பிராது அல்லது ஏற்கெனவே கேட்டிருந்த உதவியை ஞாபகப் படுத்துவது என்று பேசு பொருளுக்கு பஞ்சமே இருக்காது. ஆற்றங்கரை வரை இந்தக் கூட்டம் இருக்கும். போகிற வழியிலேயே ஒரு வேப்பங் குச்சியை ஒடித்து, பற்களாலேயே முதலில் நைத்து ப்ரஷ் போல் ஆக்கி பல் தேய்த்து முடிந்து விடும். ஆற்றில் வாய் கொப்புளித்து முகம் கழுவி வயல் மேட்டில் ஏறும் போது பெரியப்பாவின் காரியஸ்தர், கணக்கர், மேலாளர் இன்னும் எல்லாவற்றுக்கும் எல்லாவுமானவர் மட்டும்தான் உடன் இருப்பார். அநேகமாக முந்திய நாள் இரவே எந்தக் களத்துக்கு முதலாளி வருவார் என்கிற தகவல் அந்த கண்காணிக்கு போய்விடும். பெரியப்பாவின் மனப் போக்கு அறிந்து இந்த அட்டவணையைத் தயாரிப்பதில்தான் காரியஸ்தரின் சாமர்த்தியம் இருக்கிறது. வெகு அரிதாகத்தான் திடும்மென்று பெரியப்பா காரியஸ்தரின் அட்டவணையை மாற்றுவார். போகிற இடத்தில் அவர் எதிர் பார்க்கிற நிலவரத்தில் பயிர்கள் இல்லை என்றாகி அவர் சந்தேகம் உறுதியாகும் பட்சத்தில் அன்று காரியஸ்தர், கண்காணி எல்லார் பாடும் அவ்வளவுதான். கூடுமான வரையிலும் பண்ணை நிலவரங்கள், ஊர் பஞ்சாயத்து, அரசியல், ஏற்ற இறக்கங்கள், ஏமாற்றங்கள் எதையும் பெரியப்பா வீட்டுக்கு கொண்டு வர மாட்டார். “ஐயா, ஆம்பிளைக்கு பொம்பளட்ட வந்து அழுதுக்ற வேலயே கூடாதுய்யா. வீட்ல அந்த லச்சுமியப் பாத்து தைரியத்தை வரவச்சுக்கனுமேயொழிய அவட்ட நம்ம பிராது போகவே கூடாதுய்யா. போச்சுன்னு வையேன் அவ்வளவுதான் ஆட்டம் க்ளோஸ்” என்று இடியாய் சிரிப்பார்.

இப்படி ஓரிரு முறை ஜெயந்துடைய கல்லூரி நாட்களில் அவனுக்கு அவருடைய உபதேசம். அப்படியிருந்தும் சில சமயங்களில் அவருடைய கோப தாபம் மதியம் சாப்பாடு வரை வீட்டில் எதிரொலித்து விடும். மதியம் கல்யாணி பள்ளிக்கூடத்திலிருந்து சாப்பாட்டுக்கு வரும் போதுதான் மகளைக் கவனிக்கிற சாக்கில் அது அடங்கும்.

காலை பயிர் நிலவரங்கள் பார்த்து முடிந்து ஆற்றில் குளித்து, வீட்டில் தயாராயிருக்கும் மலர்களுடன் பூஜை அறையில் பத்து பதினைந்து நிமிஷங்களுக்குப் பின் காலை டிஃபன், காப்பி முடியும். வெளியில் வந்து இப்பொழுது அப்பாவிடம் வந்து சேர்ந்திருக்கும் தாத்தாவின் அதே சிம்மாசனத்தில் பெரியப்பாவின் ராஜாங்கம் ஆரம்பித்து விடும். அதை சற்று விலகி நின்று கவனிக்கின்ற சில சந்தர்ப்பங்கள் விடுமுறை நாட்களில் ஜெயந்துக்கு வாய்த்ததுண்டு.

வந்து அமர்ந்து "தினத்தந்தியில்" பார்வையை ஓட விடுவார். "தினமணியும்" இருக்கும். மிஞ்சிப் போனால் முதல் பக்கம்தான் முடித்திருப்பார். வாசலில் தலைகள் தென்படும். சும்மா அப்படி தலை காட்ட வந்தவர்கள், காரியமாய் வந்தவர்கள், குடும்பத்தில் அண்ணன்-தம்பி, சம்பந்தி பிரச்னைகளை அவர் பஞ்சாயத்துக்கு கொண்டு வந்தவர்கள், பிள்ளைகளின் கல்யாணத்திற்கு பத்திரிகை வைக்க வந்த பண்ணையாட்கள், மற்றவர்கள். பிரசாதத்துடன் கூடவே ஒரு பிராதுடனும் கோயில் குருக்கள், ஊர் பஞ்சாயத்து பிரச்னையை பேச வந்தவர்கள். இது போக நன்கொடை, கும்பாபிஷேகம் தொடர்பாக என்று இது ஒவ்வொரு நாளும் ஒவ்வொரு விதமாய்த் தொடரும் ஒரு கலவையான பட்டியல்.

முதலில் கல்யாணம், காது குத்து, நீராட்டு என்று பத்திரிகை வைக்க வந்தவர்களுக்கு முன்னுரிமை கொடுத்து அவர்களை அனுப்பி விடுவார். அநேகமாய் குடும்பமாய் அழைப்பதற்கு வந்திருப்பார்கள். அவரைப் போலவே அவர்கள் இன்னும் நிறைய பேரை அழைக்க வேண்டியிருக்கும். எனவே அவர்களை முதலில் அனுப்பி விடுவார். பண்ணையாட்களில் பரம்பரையாகத் தொடர்பவர்கள் பெரியம்மாவுக்கும் மரியாதை செய்ய வேண்டும் என்று பிரியப் படுவார்கள். ஆசனத்தில் இருந்தவாறே உள்ளே திரும்பி "சண்மூ" என்று கூப்பிடுவார். பெரியம்மா வந்து "வா வா" என்று வந்தவர்களை வாய் நிறைய வரவேற்பார்கள். ஒரு தாம்பாளத்தில் வெற்றிலை, பாக்கு, மஞ்சள், குங்குமம்

இவைகளோடு அழைப்பிதழையும் வைத்துக் கொடுப்பார்கள். பெரியம்மாவும் பெரியப்பாவும் அதை வாங்கி வாழ்த்தியவுடன், பெரியம்மா தாம்பாளத்துடன் உள்ளே சென்று அதில் கொஞ்சம் இனிப்பு வகைகள், பழங்கள் இவற்றுடன் ஒரு ஐம்பதோ நூறோ (அது டோக்கன்தான்) வைத்து திரும்ப வந்து தருவார்கள். "நாச்சியாரம்மா கண்டிப்பா வரணும்" என்ற கோரஸான வேண்டுதல்களுக்கு "ஒங்க அய்யாட்ட சொல்லிட்டு போ. வாறேன்" என்று சொல்லி விட்டு உள்ளே திரும்பி விடுவார்கள்.

கோயில் குருக்களிடம் "வேற ஒன்னும் இல்லயே" என்று ஒரே வரியில் முடித்து விட்டு, மண்டகப் படி, பூஜை விவகாரங்கள் - அது பெரியம்மாவின் நேரடித் துறை – எனவே குருக்களை உள்ளே அனுப்பி விடுவார். இரண்டாம் கட்டில் நின்று பேசி முடித்து அவர் கிளம்பி விடுவார். நன்கொடைக்கு வருபவர்களிடம் முதலில் காரியஸ்தர்தான் நேர் முகத் தேர்வு செய்வார். அதன் பின் வழக்கம் போல் வருபவர்கள் "அய்யாட்டதான் மொதல்ல வர்றோம். கொறச்சிட்டீங்கன்னா ஒன்னும் தேறாதுய்யா" என்ற முகமனுடன்தான் ஆரம்பிப்பார்கள். இப்படி எத்தனை பேரை முதல் ஆளாக வைத்திருப்பார்கள் என்பது அவர்களுக்கே வெளிச்சம். அவர்கள் கலைந்த பிறகுதான் பிரச்னைகள் பஞ்சாயத்து ஆரம்பமாகும். சில தாவாக்களில் அதைப் பற்றி முழுதுமாக காரியஸ்தர் மற்றும் பண்ணையாட்களிடம் முன்னமேயே விசாரித்து ஒரு பொது அபிப்ராயத்தையும் உண்மையையும் கண்டறிந்து அதன் தீர்ப்பை முன்னமேயே நிர்ணயித்துக் கொண்டு அந்த விசாரணையே அந்தக் கம்பீரத்துடன்தான் ஆரம்பிக்கும். "என்ன பண்லாங்க்ற சொல்லு?" என்பார். பிராது கொண்டு வந்தவர் "அய்யா என்ன சொல்றாங்களோ அதான். அதான் ஒங்ககிட்ட வந்துருக்கேன்" என்பார். "நிச்சயமா சொல்றியா?" என்று பெரியப்பா கேட்கும் போதே கையிலிருக்கும் துண்டை இடுப்பில் கட்டிக் கொண்டு கையெடுத்துக் கும்பிட்டு "சத்தியமாய்யா" என்பார். பெரியப்பா இப்பொழுது எதிர்த் தரப்பை கேட்பார். "என்னப்பா?" என்பார்; அவர் தன் பரம்பரை விசுவாசத்தை பெரியப்பாவிடம் சொல்லுவார். "கஷ்டமோ நஷ்டமோ ஐயா சமூகத்ல எனக்கு நல்லதே நடக்கும்" என்று சரணாகதி ஆகி விடுவார். பெரியப்பா பிராது கொடுத்தவரிடம் "அந்த பிள்ள கண்ணக் கசக்கிட்டு வந்துச்சே. ஒண்ணு ஒரு நாள் ரெண்டு நாள் வச்சி புத்தி சொல்லி கூட்டிக் கொண்டு வந்து விட்ருக்கணும். இல்ல இங்க வந்து நெலவரம் என்னன்னு பாத்து

தெரிஞ்சி பிரச்னய முடிச்சிருக்கணும். ஒன்னும் இல்லாம நீ பாட்டுக்கு பதினஞ்சு நாள் பிள்ளய அங்க வச்சிட்டு இப்படி வந்து நின்னா என்ன அர்த்தம்? சொல்லு.'' எழுந்து வெளியே வந்து வெற்றிலைச் சாற்றை சாக்கடையில் உமிழ்ந்து விட்டு நீரில் கொப்புளித்து விட்டு வேட்டியை இறுக்கிக் கொண்டு நாற்காலியில் அமர்ந்து "பொம்பளப் பிள்ளைக வெவகாரங்றது பெத்தவனுக்கும் தெரியல; ஏத்துக்குட்டவனுக்கும் புரியல. ரெண்டு பேருக்குமே சொல்றேன். யேன் பண்ணைல இதான் கடைசியாயிருக்கணும். ரெண்டு பேரும் போய் ஆளுக்கொரு தேங்கா வாங்கிட்டு, அப்டியே நீ போய் வீட்ல அவனயும் கூட்டிக்கிட்டு அம்மன் கோயில்ல விடலயப் போட்டு கும்பிட்டுட்டு போய் பிள்ளயக் கூட்டியாங்க. இனிம பிரச்னை வரக் கூடாது. கொடுக்கல் வாங்கல் சிக்கல் எதுவும் இல்லயே?'' ரெண்டு பேரும் ஒரு சேர "அப்டில்லாம் ஒன்னும் இல்ல மொதலாளி'' என்பார்கள். "சரி சரி கெளம்புங்க'' என்று அனுப்பி வைப்பார். இதன் பிறகு காரியஸ்தர் சில கணக்கு வழக்குகளை நீட்டுவார். பெரியப்பா சில சமயம் அப்டியே பார்த்து ஓகே பண்ணுவார். இல்லன்னா ஸ்டூல் மேல வைக்கச் சொல்லிருவார்.

சில பஞ்சாயத்துகளுக்கு பெரியப்பா தன் பக்கம் கூட ரெண்டு ஜூரிகளை வைத்துக் கொள்வார். அநேகமாக எதிர் வீட்டு மாமாவும், காரியஸ்தரும். சில பிரச்னைகள் ரெண்டு மூன்று அமர்வுகள்வரை கூட தொடரும். வெகு அரிதாக சில பஞ்சாயத்துகளில் பெரியப்பா கையை விரித்து விடுவார். அடுத்த மேல் கோர்ட் ஊர் பஞ்சாயத்து. பிராது கொடுத்தவர் "ஒங்க சமூகத்துக்கு வராம நான் நேர அங்க போறது மரியாதை இல்லய்யா. அதான் ஒங்கட்ட வந்தேன்'' என்பார். "அதான் நான் சொல்லிட்டேன்ல. நீ பஞ்சாயத்த கூட்டு. பாப்போம். சாட்சிக்கு நீ இன்னும் கொஞ்சம் ஆள் சேக்கனும்பா. நல்லது நடக்கட்டும்; போய்ட்டு வா.'' என்று அனுப்பி விடுவார். இப்படியாக மணி பிற்பகல் ஒன்றை நெருங்கும். பெரியப்பா சபையைக் கலைப்பார். இடையில் கண்காணிகள் வந்து காரியஸ்தரிடமும் பெரியப்பாவிடமும் வேலைகள் முடிந்த நிலவரம் சொல்லி, வேறு உத்தரவுகள் பெற்றுச் செல்லுவார்கள்.

எல்லாம் சரிதான். ஜெயந்துக்கு பெரியப்பாவின் ராஜ்யத்தில் பிடிபடாமல் இருந்தது அவருடைய எழுதப் படாத கோர்ட்தான். யார் இவருக்கு இந்தப் பொறுப்பு, பாத்திரம் அல்லது அதிகாரத்தை

தந்தது? இதை ஏன் அவர் அவ்வளவு கரும சிரத்தையாய் தொடர வேண்டும்? ஒரு நாள் வயல் வெளிக்குப் போகும்போது அவரிடம் கேட்டே விட்டான். வரப்பில் நின்று வேட்டியை மடித்துக் கட்டிக் கொண்டு , தீவிரமாக பயிர்களுடன் ஒரு விவசாயிக்கே உரிய பரிபாஷையில் உரையாடிக் கொண்டிருந்தவர் ஏறிட்டுப் பார்த்தார். வாயில் மென்றுகொண்டிருந்த வெற்றிலையை உமிழ்ந்து விட்டு தலையில் கட்டியிருந்த துண்டை எடுத்து முகத்தைத் துடைத்து விட்டு கங்காணியிடம் களை நிலவரம் குறித்த தன்னுடைய அதிருப்தியைப் பதித்துவிட்டு இடது பக்கம் இருந்த தென்னை நிழலுக்கு சென்றார். பரந்த பயிர் வெளியில் அங்கங்கே பெரியப்பா வந்தால் உட்காருவதற்கு கயிற்றுக் கட்டிலோ நார் கட்டிலோ தயாராயிருக்கும். ஒரு தென்னையை ஒட்டியிருந்த கட்டிலில் சாய்ந்து உட்கார்ந்துகொண்டு ஜெயந்திடம் "இந்த வருஷம் வெளச்சல் எப்டி இருக்குங்ற?" என்று ஒரு குண்டை வீசினார். "எனக்கு எப்டி தெரியுங்றீயா? தெரிஞ்சிருக்கனும். ஓன் தம்பிமாருக்கு முன்னாடி ஓனக்கு அதெல்லாம் தெரியனும்" என்றவர் சட்டென்று ஞாபகம் வந்தவராய் "ஹூம் என்ன கேட்டய்யா? நம்ம பஞ்சாயத்ல?" என்றவர் சிரித்தார். சிறிது நேரம் யோசித்தவர் "நாமதாண்ய்யா செய்யனும். வேற யாரு செய்வாங்ற? மத்தவங்கள விட கொஞ்சம் அதிகமா இவ்ளவு நெலம் எப்டி வந்துச்சுன்னு எப்பவாச்சும் யோசிச்சிருக்கியா? நம்மட்ட கூலி, கங்காணி, போக்யம் பாக்றவங்கன்னு எத்ன பேரு இருப்பாங்கன்னு நெனக்கறே? நம்ம நெலத்ல வர்ற வெளச்சல மாத்ரம் நம்பி எத்ன உசிரு, எத்ன குடும்பம் இருக்கும்னு நெனக்கறே? அதல்லாம் கொஞ்சம் யோசிச்சின்னா நீ கேட்ட கேள்விக்குப் பதில் கிடைக்கும். ஓங்கப்பன் சப் கலெக்டர் ஆபீஸ்ல ஒரு க்ளார்க்குக்கும் ஹெட் க்ளார்க்குக்குமோ இல்ல சூப்ரண்டென்டுக்குமோ ஒரு மனத்தாங்கல், கோப தாபங்கள், ஒன்னு சொல்லுவியே என்ன அது?–ஈகோ பிரச்னைன்னா ரெண்டு பேரும் உடனே போலீஸ்ட்டியா போவாங்க? இல்லல்ல. ஒன்னு இருக்ற சீனியர் ஸ்டாஃப்ட்ட அல்லது ஓங்கப்பன்ட்டதான போகும்? அதேதான் இதுவும். ஓன் தாத்தா காலத்துக்கும் முன்னாடியிருந்தே நம்மட்ட வேல பாக்ற குடும்பங்கள் இருக்கு. சாப்பாடு, அவன் இருக்ற குடிசை, மானம் மறைக்க வருஷத்துக்கொருதரம் கோடித் துணி; இப்டி இத மட்டும் நீ கவனிச்சா போதாது. அவனோட உறவு ரீதியா அவனுக்கு வர்ற பிரச்சினையயெல்லாம் மொதல்ல நம்மக்கிட்டதான் எடுத்துக்கிட்டு வருவான். அதெல்லாம் எனக்குத் தெரியாதுன்னுல்லாம் சொல்ல

முடியாது. போலீஸ் கோர்ட்டுன்னு போறதுக்கு ஒன்ன மாதிரி அவன்ட்ட வசதி இருக்கா? நம்மட்டதான வருவான். நான் பேசறதுக்கே நீ இவ்ளவு யோசிக்றயே? தாத்தாவோட அப்பா காலத்ல அவர் நாற்காலிய ஒட்டி நீளப் பெரம்பே வச்சிருப்பாராம். சில சமயம் அதுவும் பேசற இன்ஸ்டன்ட் தீர்ப்பெல்லாம் நடக்குமாம். அதுக்கு இப்ப பரவாயில்லயா? அவனுக்குப் படியளந்தா மட்டும் போதாது. அவனுக்கும் ஒனக்கும் ஒரு பிடி இருக்கனும்னா அவனோட நல்லது பொல்லாதது அத்னயும் பாக்கனும். அப்பதான் எசமான் எல்லாத்தயும் பாத்துக்குவார்ங்ற நிறைவுல அவன் உற்சாகமா வேலைல இறங்குவான். அவன் சேத்ல கால் வச்சாத்தான்ய்யா நம்ம ராஜ்யம். அதுவும் சிரத்தயோட கால நேரம் பாக்கம, விரயம் பண்ணாம. ஆக இவங்களுக்கு எல்லாம் செஞ்சுதான் ஆகணும். சில விஷயங்கள் அவங்களுக்குள்ளயே பைசல் பண்ணிக்குவாங்க. அத போய் நோண்டக் கூடாது. உண்மைதான். இந்த ஜபர்தஸ்துல ஒரு சின்ன கெறக்கம் உண்டுதான். கயித்லதான் நடக்றோங்றதயும், மனசார ஒருத்தனக்கும் இடஞ்சல் பண்ணக் கூடாதுங்றதயும் உறுதியா வச்சுக்குட்டோம்னா அந்த கெறக்கத்ல விழுந்துற மாட்டோம். என்ன?” லேசாகச் சிரித்தார். செம்பில் இருந்த தண்ணியக் கொஞ்சம் குடித்து மீதியை உமிழ்ந்து கொப்புளித்துவிட்டு மீசையைத் துடைத்துக் கொண்டார்.

திடும்மென கடகடவென்று சிரித்துவிட்டு “யேன் பஞ்சாயத்த கிட்ட இருந்து பாத்த, கேட்டுட்ட. ஒங்கம்மா பஞ்சாயத்து ஒனக்குத் தெரியுமா தெரியாதா? உண்மைல ஒங்கம்மாதான் கீழ்க் கோர்ட்டுய்யா. கண்ணக் கசக்கிகிட்டே வந்து பாத்திரத்தக் கழுவிட்டு, மாட்டுக்குத் தண்ணி காட்டிட்டு வெவரமான அப்ளிகேஷனோட பிராது கொடுத்துட்டுப் போய்க்கிட்டே இருப்பாளுக. ஒங்கம்மாவே செட்டில் பண்றது கொஞ்சம். ஒங்கம்மாவால தீராதது இராத்திரி சாப்ட்டுட்டு வெத்தலய மடிச்சுத் தரும் போதே அதோட வந்த்ரும். என்னத்த கொண்டு போப் போறோம்ய்யா? சொல்லு. ஒங்கப்பன் இந்த வில்லங்கமெல்லாம் வேண்டவே வேண்டாம்னு அப்பவே கழட்டிக்கிட்டான். நானுமே நாளும் பொழுதும் எப்டி எப்டி விடியுமோன்னு சொல்லித்தான், ஒங்கப்பனும் பிரியப் பட்டதால அவன அப்டியே விட்டுட்டேன். எல்லாம் நல்லதுக்குத்தான். என்னோட இதெல்லாம் முடிஞ்சிடும்ன்னுதான் நெனக்கிறேன். இப்பவே அங்க பாரேன்”

இவர்களை விட்டுத் தள்ளி ஐந்து ஆறு வயல்களுக்கப்புறம் ஒரு ட்ராக்டர் மும்முரமாய் சேற்றில் உழுது கொண்டிருந்தது. பெரியப்பா தொடர்ந்தார். “அந்த ட்ராக்டர் நிக்கிற இடத்ல கொறஞ்சது அஞ்சு ஏரு அந்த வேலய செஞ்ச காலம் எங்க போச்சு? அந்த நாள் மட்டும் போலய்யா; பத்து காளை, அஞ்சு உழவன் – இப்டி பதினஞ்சு ஜீவனக் காலி பண்ணிட்டு போனாப் போதுன்னு ஒத்த ட்ரைவர மேல ஏத்திக்கிட்டு அந்த ட்ராக்டர் சத்தம் காட்டுது. இது மாறுன மாதிரியே, ஒங்க காலம் வர்றப்போ தாத்தாவோட பெரம்பு போய் எனக்கு வெறும் நாற்காலி மாத்ரம் வந்த மாதிரி ஒங்களுக்கு அந்த நாற்காலியும் போயிரும். பயப்படாத. அடுத்த தலமொற முழுதும் நிச்சயம் இந்த சேத்துக்கு வராது. எப்படியும் கொஞ்ச பேர் படிச்சிருக்காங்க. கொஞ்சம் பேர் வேற வேலைக்குப் போவாங்க. அதெல்லாம் நாம ஒண்ணும் பண்ண முடியாது. தப்புன்னும் சொல்ல முடியாது.” பெரியப்பாவின் தூர தரிசனத்தின் தீர்க்கம் ஜெயந்துக்கு அன்று புரிந்தது. மாறும் காலங்கள் குறித்து அவருக்கிற தெளிவும் அறிவுமே கூட அவருடைய ராஜாங்கத்தை நடத்திச் செல்ல அவருக்குத் துணை புரிவதாகவே தெரிந்தது.

8

வாரத்தில் ஒரு நாள், அது அநேகமாய் பெரியம்மாவின் தேர்வாகவே இருக்கும்; கோவிலுக்கு கல்யாணியையும் உடன் அழைத்துக் கொண்டு போவதுண்டு. பெரியப்பா பிரியத்தை நிறைவேற்றும் விதமாக ஜெயந்த் அதிகம் அதைத் தவற விட மாட்டான். ஈஸ்வரன் அநேகமாகக் கழட்டிக் கொள்வான். வெகு நல்ல பிள்ளையாக இரவில் சாப்பிடும் முன் அம்மாவிடம் பிரசாதம் வாங்கிக் கொள்வான். தெய்வம், பக்தி, பூஜை, புனஸ்காரம்,ஆத்திகம், நாத்திகம் என்று கல்யாணிக்கு இதில் ஆயிரம் கேள்விகள். ஜெயந்தையும் அரிப்பாள். அவனுக்கும் கேள்விகள்தான். பதிலுக்கான தேடல்களுக்கு நிறைய நேரம் ஒதுக்க வேண்டியிருந்தது. வரும் விடுமுறை நாட்களில் நாம் இருவரும் இது விஷயமாகப் படித்து விவாதிக்கலாம் என்று அவர்கள் திட்டமிட்டு இரண்டு கோடை விடுமுறைகள் போய்விட்டன.

அகஸ்த்து மாத்தாக அவர் செவிகளில் விழுந்த இவர்கள் இருவரின் உரையாடல்களையும் கவனித்த பெரியப்பா தோட்டத்துக்கு எல்லோருமாய் போயிருந்த ஒரு மாலையில் சிரித்துக் கொண்டே “அவ்வளவு பெரிய அரண்மனை, அருமையான மனைவி,மகன் என்ற சுக ஜீவியத்தில், ஒரே ஒரு பிணத்தைப் பார்த்ததில், வாழ்வின் மறுபுறத்தின் முதல் தரிசனத்திலேயே அதிர்ந்து எல்லாவற்றையும் விட்டுப் புறப்பட்ட சித்தார்த்தன் தேடி அலைந்து போதி மரத்தடியில் பெற்ற ஞானத்தில் புத்தரானதைத்தான் ‘ஆசியாவிற்கே ஒளியானார்’ என்று படிக்கிறோம். சுகம் துறந்து புறப்பட்டதிலிருந்து போதி மரம் வந்து சேரும் வரையிலான இடைப்பட்ட நாட்களின், அந்தத் தேடலின் தாகம், தீவிரம், வலி பற்றி அதிகம் யாருமே யோசிப்பதில்லை. அந்த உண்மையான பாரம் மிகுந்த தேடலே ஒரு யோகம்தான், யாகம்தான் – அதுதான் தவம். என்ன? ரோம சாம்ராஜ்யத்தின் அகோரமான பிடிக்குள் நிறையாத வயிறோடும், நோயோடும், அடிமைத்தனத்தின்

அவலட்சணமான அருவங்களாய் ஊர்ந்து கொண்டிருந்த மக்கள் கூட்டத்தின் மத்தியில் வந்து நின்று "நானே வழி, சத்தியம், ஜீவன்" என்று சொல்கிற அந்த விடுதலையின் உறுதியைப் பெறுவதற்கு இயேசு கிறிஸ்து எவ்வளவு பெரிய தவிப்புடனும் விழிப்புடனும் இருந்து தம் அழைப்பை உறுதியாக்கியிருப்பார் என்பதையும் யாரும் அதிகமாய் யோசிப்பதில்லை. சிலுவையின் அந்த தேவையான தியாக பலியான மரணத்தை சந்திக்கும் முன்னே அந்த கெத்சமனே தோட்டத்தில் அவருடைய போராட்டம் – அதை பலஹீனம் என்றா புரிந்து கொள்ள முடியும்? தரப்பட்ட இரட்சகன் என்ற பாத்திரத்தை உறுதியாய் உண்மையாய் நிறைவேற்றும் அசுர வலி அது. கிருஸ்துவின் உயிர்த்தெழுதலோடு அவர் தேடலும் பணியும் முடிந்து விட்டதாக எண்ணுவது எவ்வளவு பேதைமையோ அதை விட அபத்தமானது அதற்கான அவருடைய முந்தைய போராட்டங்களை அசட்டை செய்வதும். ஜனனம், மரணம், மனித வாழ்வின் சூட்சுமம் போகிற போக்கிலேயே தெரிந்து கொள்ளக் கூடிய அற்ப விஷயங்கள் இல்லய்யா. இப்ப ஓன் தங்கச்சிக்கிட்ட அந்த மாங்கா வேணுமான்னு கேளு; அதத் தின்னு தீக்ற வர கடவுளாவது கத்திரிக்காயாவது? நாளக்கு லேப்ல ரெண்டு டெஸ்ட்; இன்னக்கு ராத்திரிலேர்ந்து மத்தது எல்லாத்தயும் மறந்துருவ. ஐன்ஸ்டீனோட ஒரு பெரிய தியரி சொல்லுவியே என்ன அது?"
"E = MC2"

ஜெயந்த் சொன்னான். பெரியப்பா தொடர்ந்தார். "அத உறுதியாச் சொல்றதுக்கு உள்ளயும் வெளியயுமா எத்தன நாள் போராடிருப்பார்?" பெரியப்பா இவர்களுடன் இவ்வளவு அக்கறையாய் இடைபட்டுக் கொண்டிருக்கும் போது பெரியம்மா இருந்த இடத்திலிருந்து "வாங்க காப்பியச் சாப்டுங்க. இந்த பலகாரங்களப் பிடியுங்க. அய்யா வாய்யா?" என்று கூப்பிட்டார்கள்.

"ஒங்கம்மயோட பொங்கலும் வடையுமே குறுக்க வருது பாத்யா? அவளுக்குத் தெரியுமா? நாம எவ்வளவு பெரிய விஷயம் பேசிக்கிட்ருந்தோம்ன்னு. ஹூம்- ரொம்ப சுருக்கமா ஒண்ணு சொல்லட்டுமா?" பெரியம்மா பார்த்து விட்டால் செல்லமா முதுகிலேயே ஒண்ணு கிடைக்கும் என்று அப்பாவின் பக்கம் திரும்பி கைக்குள் மறைத்து மெதுவாய்க் கடித்த மாங்காயுடன் விரிந்த விழிகளுடன் கல்யாணி. முட்டி வந்த சிரிப்பை அடக்கிக் கொண்டான் ஜெயந்த்.

பெரியப்பா எழுந்தார். நடந்து கொண்டே "விண்வெளிக்கு மொதல்ல போனானே ஒரு ரஷ்யாக் காரன் – யூரி கெகாரின் – மேல எல்லாம் பறந்து முடிச்சு கீழ வந்து மறு நாள் ரஷ்யா அவன ஒலகத்தின் எல்லா பத்திரிகைகாரங்க முன்னால நிறுத்தி அந்த சந்திப்பு நடக்றச்சே "நான் மேல போனேன்; கடவுளப் பாக்கல" ன்னு சொன்னான். மறு நாள் ஒலகம் பூராம் எல்லா பத்திரிக்கைகள்லயும் இதுதான் செய்தி. அவன் இப்டிச் சொல்றப்ப அங்க இருந்த ஒரு கிருஸ்துவ நிருபர் தன் பக்கத்ல இருந்த சகாகிட்ட "அவர் அந்த விண்வெளி உடையை கழத்திருந்தார்ன்னா - அப்ப தெரிஞ்சிருக்கும் கடவுள் இருக்காரா இல்லயான்னு" சொன்னாராம். இப்டித்தான்ய்யா பதில் கிடச்சிட்டுன்னு யூரிக்றப்பவே அந்த பதிலே கேள்வியாயிரும். வா வா – அம்மாவுக்கு நாம கேள்வியாறதுக்கு முன்னாடி போயிருவோம்" என்று முடித்தார்.

பாதி காலி செய்திருந்த மாங்காயை நடந்து வந்து கொண்டிருக்கும் போதே சடக்கென்று ஜெயந்தின் கையில் திணித்துவிட்டு நல்ல பிள்ளை மாதிரி கல்யாணி அந்த பெரிய விரிப்பில் பெரியம்மா முன்னால் சமர்த்தாய் சம்மணம் கட்டி அமர்ந்தாள். ஜெயந்த் போய் உட்காரவும் எல்லோருக்கும் பரிமாறிக் கொண்டிருக்கும் போது "சாப்ட்ற நேரத்ல என்னய்யா இது? ஹூம் பிள்ளத்தாச்சியா நீனு? மாங்காயக் கடிச்சிக்கிட்டு. தூர வை". பதிலே சொல்லாமல் பெரியம்மா நீட்டிய தட்டை வாங்கிக் கொண்டு, தங்கைக்காக தான் சுமந்த சிலுவை அந்த மாங்காயை தூர வைத்தான். அம்மாவையும் அண்ணனையும் மாறி மாறி பார்த்துவிட்டு அடக்க முடியாமல் களுக்கென்று கல்யாணி இப்பொழுது சிரித்து விட்டாள். "ஒனக்கென்ன சிரிப்பு இப்ப? ரொம்ப யோக்யம் மாதிரி"என்று அம்மாவின் கணை வரவும் சட்டென்று அடக்கிக் கொண்டாள். பெரியப்பா ஒரு மெல்லிய புன்னகையுடன் மகேஷை பக்கத்தில் அமர்த்தி ஒரு வடையில் இருந்த மிளகாயை எடுத்துவிட்டு அவனுக்கு ஊட்டிக் கொண்டிருந்தார். மறக்க முடியாத காவிய வரிகளாய் அந்த நாட்கள்.

இந்த மாலைவேளை குடும்பமாய் தோட்டத்துக்குப் புறப்படுவதே ஒரு பெரிய ரகளையாயிருக்கும். எப்படியும் மாதத்தில் கட்டாயம் ஒரு நாள். விடுமுறை நாட்களில் கல்யாணி கோரிக்கை வைத்து விட்டால் வாரத்தில் ஒரு நாள் என்று

இருக்கும். பெரியப்பாவும் அப்பாவும் வண்டி புறப்படும் சமயம் சைக்கிளில் முன்னால் கிளம்பி விடுவார்கள். மகேஷ் எப்பொழுதும் பெரியப்பாவின் பின்னால் கேரியரில்தான். ஜெயந்த் தன் சைக்கிளில் மெதுவாக வண்டியின் பின்னாலேயே வருவான். கணகணவென்று கம்பீரமாய் ஒலி எழுப்புகிற ஒரு தனி வெண்கல மணி. வண்டிக்காரர் காளைகளை நடத்திக் கொண்டே தன் இடது கையால் அமுக்க அது கம்பீரிக்கும். அந்த பெரிய வில் வண்டியின் முன்னும் பின்னும் வசீகரமான குஞ்சங்கள் தொங்கவிடப்பட்ட பட்டு திரைச் சீலைகள். உள்ளே நல்ல மஸ்லின் உறையிட்ட இலவம் பஞ்சு மெத்தை வண்டி முழுதும் சீராக விரிக்கப் பட்டிருக்கும். வண்டியின் உள் கூரையும் பக்கங்களும் அழகிய சித்திர வேலைப்பாடுகள் நிறைந்த லினோலியத்தால் மூடப் பட்டிருக்கும். தாராளமாய் நாலு பெரியவர்கள் வசதியாய்ப் பயணிக்கலாம். உள்ளே சிறிய சிறிய தலையணைகள் இருக்கும். இந்த வண்டிக்கென்று தனியாக இரண்டு கம்பீரமான காங்கேயம் காளைகள். பெரியம்மாவுக்கு காளைகள் இரண்டும் ஒரு நாள் விட்டு ஒரு நாள் நன்கு குளிப்பாட்டிச் சுத்தமாக வைத்திருக்க வேண்டும். அவைகளின் அந்த நீண்ட கூரிய கொம்பில் சிறு மணிகள் பொறித்த நீண்ட பித்தளை அலங்காரக் குப்பிகள். வண்டியின் முன் பக்கம் வண்டிக்காரனின் இருக்கையின் பின்னால் இருக்கும் பளபளக்கும் அந்த கோஸ் பெட்டியில், சாலையின் முழு பார்வையும் தெரியும் வண்ணம் உட்காருவதற்கான இடத்திற்கு கல்யாணிக்கும் ஈஸ்வரனுக்கும் ஒரு சிறிய போராட்டம் துவங்கி, போகும் போது அவள், வரும் போது நீ என்ற அம்மாவின் பஞ்சாயத்தோடுதான் வண்டி புறப்படும். காளைகளின் கழுத்தில் தோல்பட்டையில் இருபுறமும் தொங்க விடப் பட்டிருக்கும் மணிகளும், கொம்பில் உள்ள சிறிய மணிகளுமாக எழுப்பும் ஒரு லயமான சலங்கை ஒலியுடன் வெண்மையும் கருநீலமும் கலந்த அந்த காளைகளின் கம்பீர மிதமான துள்ளலோடு, வண்டிக்காரன் எழுப்பும் வெண்கல மணி ஓசையுடன் நகரும் அந்த வில் வண்டியின் கம்பீர ஜபர்தஸ்தை, ஆயிரம் சொன்னாலும் பின்னாட்களில் வந்து சேர்ந்த அம்பாஸடரால் அடிக்கவே முடியவில்லை. ஒரு நாள் பெரியப்பா திடீரென்று சிரித்துக் கொண்டே "ஏன்ய்யா, காந்தி மாதிரி அம்பாஸடர நம்ம காள ஜோடிய வச்சு இழுத்தா? ஹூகும் அப்ப கூட ஓங்க தாத்தாவோட வில்லு வண்டிக் கம்பீரம் அதுக்கு வராதுய்யா. ஆயிரம் சொன்னாலும் மெஷின் மெஷின்தான். இரத்தமும்

சதையுமா ஜீவன் ஜீவன்தான். அதோட அழகே தனிதான்'' என்றார். அம்பாஸடர் வந்த பின்பும் கூட சில சமயங்களில் உறவுகளுக்குள் சில நல்லது பொல்லாததுகளுக்கு பெரியப்பாவும் பெரியம்மாவும் வில்லு வண்டியிலேதான் போயிருக்கிறார்கள்.

வாரத்தில் இரண்டு அல்லது மூன்று நாட்கள், தெருவின் கடைசியில், முன்னால் மட்டும் விட்டு வைக்கப் பட்டு, இரண்டாம் கட்டுக்குப் பிறகு முற்றிலுமாய் இடிக்கப் பட்ட அந்த பழைய வீட்டின் பின்னால் தென்னங் கீற்றுகளால் வேயப்பட்ட நீண்ட பெரிய கொட்டகையில், இரண்டு மூன்று மின் விசிறிகள், குடி தண்ணீர், பின்னால் ஒரு நவீனக் கழிப்பறை என்ற இத்யாதிகளுடன் உருவாக்கப்பட்டிருந்த ஊர் பெருசுகளின் சீட்டாட்ட மண்டபத்துக்கு விஜயம் செய்வார் பெரியப்பா. எல்லாம் செல்வாக்கு அடையாளங்கள்தான். சீட்டாட்டத்தோடு அங்குதான் சில பெருசுகளுக்குள்ளான சிக்கல்கள், பஞ்சாயத்துகள் தீர்க்கப் படும். அல்லது கௌரவமாய்த் தொடரும். ஒன்றிரண்டு சீமைச் சாராய அனுபவஸ்தர்களின் சாராயக் கணக்கு மட்டும்தான் தனி. மற்ற பராமரிப்பு செலவுகள் எல்லாம் பொதுதான். பெரியப்பா சீட்டாட்டம் எனும் போதைக்குள்ளானார் என்று சொல்ல முடியாது. இரண்டு அல்லது மூன்று சுற்றுகள்தான். ஏழு மணிக்குப் போய் பத்தரைக்குள் வீடு திரும்பி விடுவார். சீட்டில் அதிகம் காசை விடவில்லை என்பதில் பெரியம்மாவுக்கு திருப்திதான். ஆனால் அங்கு நடந்த கொடுக்கல் வாங்கல்களில் பெரியப்பா கொடுத்தால் திரும்ப வாங்குவதில் தீவிரம் காட்டாததில் நிறைய காந்தி கணக்காகி விட்டது என்பது பின்னாளில் தெரிந்தது. பெரியப்பாவுக்குப் பின் கொஞ்சம் காரியஸ்தர் கைகளில் வந்து கரைந்து போனதும் தெரிந்தது. அப்பா தலையிட்டு ஒரு மூன்று பேரிடமிருந்துதான் வசூல் செய்து பெரியம்மாவிடம் தர முடிந்ததே தவிர மற்றதெல்லாம் பாழ்தான். இத்தனைக்கும் பெரியப்பாவின் பணம் கொடுக்கல் வாங்கல் புரிதல்களெல்லாம் கறாரானவைதான். "கஷ்டத்ல இருக்கேன். யேன்ட்ட எதுவும் இல்ல. ஒங்களால முடிஞ்சதுன்னு நமக்குத் தெரிஞ்சவன் நம்மட்ட கை நீட்டிட்டான்னு வையேன். அன்னக்கி தேதிக்கு உன்னால் முடிஞ்சத கொடுக்ற. அத்தோட மறந்த்றனும். அதத் திரும்பக் கேட்டா அன்னக்கு கொடுத்ததுல அர்த்தமேயில்லய்யா. ஆனா அதே ஒரு அவசரம்; கொடுங்க; பத்து நாள்ல தர்றேன், இல்ல அடுத்த வெள்ளாமைல தந்துர்றேன்னு

வாங்கினவனே அத கடன்னு சொல்லி வாங்கிட்டுப் போனா அதக் கறாரா ஞாபகப் படுத்தி திரும்ப வாங்கிறனும். அது அஞ்சு ரூபாதான்னாலும். வட்டிங்றெதல்லாம் நம்ம பரம்பர நெனச்சே பாக்காததுய்யா." என்று சில சரியான நெறி முறைகளெல்லாம் இருந்தும் நடுவூர் பண்ணையின் பரம்பரை ஈரத்திற்கு முன் அதெல்லாம் போணியாகவில்லை.

இப்படி பெரியப்பாவின் எல்லா நடவடிக்கைகளும் ஒரு நேர் கோட்டில் இருந்தாலும், ஜெயந்தின் உயர்நிலைப் பள்ளி கடைசி வருஷத்தில் நடந்த சம்பவம் அவனுக்குச் சற்று நெருடலாகவே இருந்தது. அந்த வருஷம் ஊரிலும் சுற்று வட்டாரத்திலும் விவசாயக் கூலிகளின் அறுவடைக் கால கூலிப் பிரச்னை தலையெடுத்தது. ஏழு எட்டு வருஷங்களுக்கும் மேலாக நிலவும் நடைமுறையில் ஒரு சிறிய முன்னேற்றம் கேட்டு அவர்கள் நிர்ப்பந்திக்க ஆரம்பித்திருந்தனர். எல்லாம் சிவப்புத் துண்டுக் காரங்களோட சேட்டை என்று ஏகோபித்த குரலில் ஊரின் சிறு, நடுத்தர, பண்ணை விவசாயிகள் அனைவரும் ஓரணியில் திரண்டு கூலிகளின் அற்பக் கோரிக்கையான அதிகப்படி அரை நாழி நெல்லுக்கு செவிசாய்க்க மறுத்தனர். ஊர் பஞ்சாயத்தில் பெரியப்பாவிடமிருந்து நிறைந்த எதிர்பார்ப்பில் காத்திருந்த கூலிகளுக்கு அவருடைய கனத்த மௌனம் மாத்திரம்தான் பதிலாகக் கிடைத்தது. நடுவூர் பண்ணைக்கு அரை நாழி நெல் ஒரு விஷயமில்லையென்றாலும் கூலிகளுக்காக ஊரைப் பகைத்துக் கொள்ள பெரியப்பா தயாராயில்லை. பொதுவான விஷயங்களில் தன் கூட்டத்தோடு இனம் காண வேண்டும் என்பதில் பெரியப்பாவுக்கு இருந்த உறுதியின் இரகசியம் வளர்ந்து வந்த பிந்திய நாட்களில்தான் ஜெயந்துக்குப் புரிந்தது. கோயில் திருவிழாக்கள், வருடாந்திர உற்சவங்களில், குடும்பத்திற்கே உரிய மண்டகப்படி போகவும் துண்டு விழும் தொகை எல்லாமே பெரியப்பாவின் கணக்குதான் என்பது எழுதப் படாத விதியாகி விட்டது. அப்பாவுக்கு இதில் உடன்பாடு இருக்கவில்லை. அப்பா கொஞ்சம் நெருக்குவார். யார் யார் எவ்வளவு தருவதாக நோட்டில் எழுதியிருந்தார்களோ அவர்களையெல்லாம் கொடுக்க வைப்பார். அதற்குப் பிறகும் வேறு வழியில்லை என்றால் பெரியப்பா கொடுக்க அனுமதிப்பார். இதுபோன்ற சந்தர்ப்பங்களில்தான்

அப்பா பெரியப்பா அருகிலிருந்து தணிந்த குரலில் பேசிக் கொண்டிருப்பதை ஒன்றிரண்டு சமயங்கள் அவன் கவனித்திருந்திருக்கிறான். மற்ற எந்த விஷயங்களிலும் குடும்பத்தில் பெரியப்பாதான் இறுதிப் புள்ளி. ஈஸ்வரனின் பேட்டா உரசல்களிலிருந்து கல்யாணியின் காசு மாலை வரை, பள்ளிக்கூடம் படிப்பு என்று எதுவென்றாலும்.

எந்தக் கோயில், எந்தத் திருவிழா எந்த உற்சவர் என்றாலும் ஐந்து பத்து நிமிஷம் நின்று ஒன்றுக்கு ரெண்டு ராகம் நாயனத்தில் அது ஆஸ்தானமென்றாலும் ஸ்பெஷல் பார்ட்டியென்றாலும் வாசித்து குடும்பத்தின் தரிசனம் முடிந்துதான் கிளம்பும். உற்சவ நாட்களில் வாசலில் எப்பொழுதும் தேங்காய், பழம், மாலைகள் என்று தாம்பாளத்தில் தயாராயிருக்கும்.

9

ஜெயந்துக்கு இணையான ஒரு துணை. அப்பாவிற்கு அது மிகப் பெரிய சவாலாகவே இருந்தது. தலை கனக்கும் பாரத்துடன் செங்குத்தான பாறையின் மேல் ஏறுவது போல் அவர் திணறிக் கொண்டிருந்தார். அவர் மேஜையை உறவுகள், நண்பர்கள் மற்றும் தரகர்கள் வட்டத்தின் சிபார்சு மற்றும் அறிமுகம் என்று ஜாதகங்கள் நிறைத்தன. போதாக் குறைக்கு நவீன நிறுவன, பத்திரிகை விளம்பரங்களிலிருந்தும் தரவுகளென ஒரு முனைவர் பட்டத்துக்குப் போராடும் தீவிரத்துடன் மூழ்கியிருந்தார். இந்த முக்கியமான நேரத்தில் ஒரு ஆலோசனைக்கு, தகவல் பரிமாற்றத்துக்குக் கூட அருகிலில்லாமல் விடைபெற்றுப் போய்விட்ட துணை மீனாட்சியை எண்ணி அவ்வப்பொழுது பெருமூச்செறிந்த வண்ணம் மருமகளுக்கான மும்முரமான தேடலில் முனைந்திருந்தார் சர்மா.

“எந்த அவசரமும் வேண்டாம்; அதிகம் அலட்டிக் கொள்ளாமல் இருங்கள்” என்ற ஜெயந்தின் வார்த்தைகளுக்கு ஒரு நாள் சிரித்துக் கொண்டே “கல்யாணம் பண்ணிக்கிற ஐடியா இருக்கா? இல்ல படிக்கறப்போ சைக்கிள்ள சஞ்சரிச்ச மாதிரி, பைக்ல சுத்ற யோசன எதுவும் இருக்கா? சொல்லிருப்பா. பொம்பளப் பிள்ளக வெவகாரம்; விளையாட்டுல்ல” என்று பாதி கேலியாகவும் மீதி கண்டிப்பாகவும் கேட்டே விட்டார்.

“நிதானமா பாருங்கப்பா. வாய்ப்பிருந்தா பைக்ல அவளயும் வச்சிக்கிட்டு ஒரு சுத்து சுத்துவேன். அதுக்கென்னவாம்?” என்றான். சர்மாவுக்கு மகனின் வேகம் குறித்து ஒரு பக்கம் உள்ளூர பெருமையாக இருந்தாலும் அதை வெளிக்காட்டிக் கொள்ளாமல் அம்மட்டும் அவன் கல்யாணத்திற்கு சம்மதித்ததே பெரிய விஷயமாக இருந்தது.

ஊர் உலகமெல்லாம் பெரிய சஞ்சாரம் செய்து கடைசியில் ஐம்பது கிலோ மீட்டர் தூரத்திலிருந்து சுமதி வந்து சேர்ந்தாள்.

அப்பாவிற்கு மிகவும் பிடித்ததாக பொருந்தி வந்த ஒன்றிரண்டு வரன்கள் அவனுடைய சீருடை உத்தியோகத்தால் சிறைபட்டுப் போயின. “இதுக்குத்தாம்பா நான் அப்பவே சொன்னேன். மில்ட்ரின்னா நம்ம ஆள்கள் சம்பந்தம் பண்ண கொஞ்சம் மிரளுவாங்கன்னு. நீ கேக்கல.” என்று ஜெயந்திடம் பொருமினார். ஆர்மி என்றாலே ஒதுங்குகிற பெண்ணைப் பெற்றவர்களின் மனித இருத்தல் குறித்த புரிதல் அவனுக்கு நகைப்பையே தந்தது. குலம், கோத்திரம்,குடும்பம், ஜாதகம் எல்லாவற்றையும் கடவுளிடம் ஒப்படைத்துவிட்டு வாழ்வு குறித்த உண்மையை மாத்திரம் வசதியாய் மறந்து விடுகிற பேதைமை. அவர்கள் அகராதியில் இராணுவத்தில் மாத்திரம் ஒவ்வொரு மணித்துளியையும் மரணம் வாய்பிளந்து விழுங்கக் காத்திருப்பதான ஒரு கணிப்பு. முடிந்த வரை இடர் களைவதான ஒரு முத்தாய்ப்பாய், அவர்கள் முயற்சியை முற்றிலுமாய் தவறென்றும் எப்படிச் சொல்ல முடியும்? தொடர்ந்து ஒரு அழுத்தமாக அல்ல; ஆனால் கல்யாணச் சந்தையில் சிறு இடறலாக கணிக்கப்படும் இந்த நெருடலை உணர்ந்திருந்ததனால் மணமான முதல் வாரத்தில் சுமதியிடம் இயல்பாக அவன் கேட்டேவிட்டான்.

ஏதோ ஒரு வாசிப்பில் தீவிரமாக மூழ்கியிருந்தவள் புத்தகத்தை மூடினாள். கையை பின்னுக்கு இழுத்து சோம்பல் முறித்தாள். அருகில் படுக்கையில் சாய்ந்து கைபேசியில் அலசிக் கொண்டிருந்தவனின் தலையைக் கலைத்து விட்டு “இப்ப என்ன? தெரிஞ்சிக்கலன்னா தல வெடிச்சிருமா?” என்று சிரித்துக் கொண்டே சரிந்தவள், தூரத்தில் எங்கோ பார்ப்பது போல் பார்த்துவிட்டு ஒரு நீண்ட பெரு மூச்செறிந்து விட்டாள். மிகவும் மெலிதான கலங்கிய விழிகளுடன் “அம்மா எப்படி இருப்பாங்கன்னே தெரியாது. ஒரே ஒரு கறுப்பு வெள்ளை புகைப்படக் கலைஞனின் திறமை வெளிக்கொணர்ந்த, சட்டமிட்டு விளக்கின் பின்னால் தொங்கிக் கொண்டிருக்கிற அந்த மணக்கோலம் தவிர. என் தாயின் தரிசனம் மறுக்கப் பட்டது யாருடைய கட்டளையால்? அல்லது விருப்பத்தில்? வாழ்க்கை குரூரமாகத் தீண்டிய பின்னும் காலம் அந்த ரணங்களை ஆற்றுகிறது. மனிதர்கள் மறுபடியும் மிகப் பெரிய உரிமையுடனும், ஆசையுடனும், நம்பிக்கையுடனும் கனவு மாளிகைகளைக் கட்டிக் கொள்ளுகிறார்கள். தவறென்று சொல்லவில்லை. எங்கோ பரவியிருக்கும் விதியின் கைகள் மறுபடியும் தீண்டும் வரை.

தாய்மையை இழந்த என் குழந்தைமையையும், வாலிபமும், வளர்ச்சியும், இருத்தலையும், இழந்ததையும் குறித்த வெறுமையை மிகப் பெரிய தத்துவார்த்தத் தளத்தில் எட்டித் தள்ளி விட்டதைப் போல என்னால் இரண்டையும் சற்று விலகி இருந்து தரிசிக்க முடிந்தது. முழு வாழ்க்கையும் கனவுகள் போலத்தான். அவ்வப்பொழுது கிள்ளிப் பார்த்துக் கொள்ள செய்வது நமக்கு நேரிடுகிற இழப்புகள்தான்.

ஆயிரம் அம்மாவாய் ஆச்சி அந்த இடைவெளியை நிரப்பினாள். நாட்கள் செல்லச் செல்ல கல்லூரி செல்வதற்காக அப்பாவுடனான போராட்டத்தில் இருக்கும் போதே லேசாக நடுங்கும் ஆச்சியின் கரங்கள், ஒரு முறைக்கு இரு முறை சொல்லச் சொல்லும் மந்தமாகும் காது என்று எண்ணிக் கொள்ளும் நாட்கள் நெருங்குவதை உணர்த்தின. பிரிதல் என்பதை விட ஆச்சிக்கு வலி மிகுந்ததாய் இருக்கும் என்பது புரிந்ததினால் இப்பொழுது ஆச்சியின் ஆறுதலாய் நான் மாற வேண்டிய கட்டாயத்தில் காலம் என்னை இழுத்துச் சென்றது. எத்தனையோ வார்த்தைகளிலும் பெரிய மனிதத் தனமாகவும் நான் தயாராயிருந்தாலும் ஆச்சி விடை பெற்று விட்டாள் என்று அறிந்த அந்த நொடியில் நான் நொறுங்கிப் போனேன். அரை மணி நேர அரற்றலுக்குப் பிறகு என்னை நானே ஆசுவாசப் படுத்திக் கொண்டு, தகவல் அறிந்து வேர்க்க விறுவிறுக்க ‘‘அம்மா’’ என்ற அலறலுடன், அப்பா வீட்டுக்குள் நுழைவதற்கு முன்பாக, நான் உறவுகளுக்கு ஆள் அனுப்பி, எதிர் வீட்டு பெரியம்மாவின் துணையுடன் வீட்டை ஒதுங்க வைத்து, குளிப்பாட்டி, கோடி உடுத்தி ஸ்தூலமாய் கிடந்த அவள் தலையருகே அவிழ்த்த முடியுடன் அமர்ந்து கண்களைத் துடைத்துக் கொண்டே ஆக வேண்டிய காரியங்களுக்கு உத்தரவு பிறப்பித்துக் கொண்டிருந்தேன். தேற்றப்பட வேண்டியவன் தான்தான் என்பதையும், பிரிவென்னும் வேதனையின் விளிம்பை நான் கடந்து விட்டேன் என்பதையும் அறிந்து கொண்ட அப்பா, துண்டை வாய்க்குள் பொத்தி, தாயையும் தலைமாட்டில் அமர்ந்திருக்கும் என்னையும் பார்த்துக் குமுறிக் குமுறி அழுதுகொண்டிருந்தார். எதிர்வீட்டுப் பெரியப்பாவின் ஒரு உரிமையான அதட்டலுக்குப் பிறகுதான் அப்பா சிரமத்துடன் சுதாரித்தார்.

“முதுகுல என்னமோ ஊர்ற மாறி இருக்கு பாரு. கொஞ்சம் சொறிஞ்சு விடும்மா” என்று சொல்லி விட்டு முதுகை சுவரோடு

சேர்த்து லேசாக உராய்ந்து கொண்டு "கொஞ்சம் தண்ணி கொண்டா" என்று சொல்லி விட்டு கால்களை நீட்டி "அம்மா மகமாயி" என்று கைகளை உயர்த்தி சோம்பல் முறித்தது போல்தான் இருந்தது. அடுக்களையிலிருந்து நான் தண்ணி செம்புடன் வருவதற்குள் ஆச்சி லேசாக கண்கள் விரிய பக்க வாட்டில் சரிந்திருந்தாள். செம்பைக் கீழே வைத்து விட்டு "ஆச்சிம்மா, ஆச்சிம்மா" என்ற என் உசுப்பலுக்கு லேசாக விழித்தவளின் கண்களில்தான் எவ்வளவு பெரிய பிரகாசம்? என் தலை வருட எழுந்த கை நெற்றியில் படு முன்னே சரிந்து விழியும் சொருகி நின்ற நிமிஷத்தில் அந்த ஆத்மா விடை பெற்றது. என் கூக்குரலிட்ட கதறல்தான் ஊருக்கும் உறவுக்கும் ஆச்சியின் மரணம் குறித்த கட்டியமானது. சோகம் தாண்டி சொல்லாமல் வருவதில்தான் மரணத்தின் சூட்சுமம் ஒளிந்திருக்கிறது மை டியர்" என்றவளின் தொண்டை கம்மியது. எடுத்து மார்போடு அணைத்து "நோ,நோ" என்று தேற்றியவனின் கழுத்தைக் கட்டிக் கொண்டபின் அவர்களுக்கிடையில் நிலவிய மௌனத்தின் வலிதான பாரம். மறுபடியும் சரிந்து அவன் மடியில் தலை சாய்த்து "வயதுக்கு மீறிய ஒரு பாரம் வாழ்வில் என்னை நடத்தியதா? அல்லது எல்லோருக்கும் இப்படிப் பகிர்ந்து கொள்ள ஆயிரம் பாரங்கள் இருக்குமா? எப்படியானாலும் மரணத்துக்கும் எனக்கும் உள்ள உறவா? தொடர்பா? இல்லை புரிதல் ? இல்லை இல்லை மரணத்துடனான என்னுடைய பரிச்சயம் சற்று ஆழமானது என்று சொல்லலாம். அதுனால ஆர்மியான என்ன? சிவிலானா என்ன? எனக்கு அது பெரிய விஷயமாகவே படல. ஆச்சி விடை பெற்ற அந்த பெரிய வீட்டில் அப்பாவும் நானும் நிழல்களாகவும் ஆவிகளாகவும் நடமாடுவதைப் போன்றதான ஒரு வெறுமையை அப்புறப் படுத்த அதிகமே பிரயாசைப் பட வேண்டியதாயிற்று. துயரம் சுற்றி வருகிற போது காட்சிகள் பின் வாங்கி முன் வரும் வாழ்வென்னும் நிர்ப்பந்தத்தை அவ்வப்பொழுது வண்ணமாக்குவதில் ஒளியாகிறோமா அல்லது ஒளிந்து கொள்ளுகிறோமா?

உங்க தகவல் வந்தப்ப அப்பாவுக்கு எல்லாம் ரொம்ப திருப்தியாயிருந்தது. நீங்க ஆர்மிங்றது தவிர. உங்க குடும்பத்த விடவும் முடியல; உங்க யூனிஃபார்மோட ஒட்டவும் முடியாம தவித்தார். எதிர் வீட்டு பெரியப்பா "யோசிப்போம்" என்ற ஒரு வார்த்தையில் பிரச்சினையை அரசாங்கத்தின் விசாரணைக் கமிஷன் போல ஆறப் போட்டிருந்தார். எப்படியும் பால் என் கோர்ட்டுக்கு

வரும் என்று எதிர் பார்த்திருந்தேன். ஒரு இரவுச் சாப்பாட்டுக்குப் பின் வெற்றிலையை அறக்கிக் கொண்டே "ஏன்மா மில்ட்றின்றாங்களே ஒன் யோசன என்னம்மா? குடும்பம் தேடி அலஞ்சாலும் கிடைக்காதும்மா. பையனப் பத்தி எங்க விசாரிச்சாலும் மருந்துக்குக் கூட ஒரு புள்ளி இல்லம்மா. பேசாம அம்மன்ட்ட பூ போட்டு பாத்துருவோமா?" என்று ஆரம்பித்தார். ஒங்கட்ட சொல்ற மாதிரில்லாம் சாவப் பத்தி அவர்ட்ட விஸ்தாரமா சொல்ல முடியாது; அது நெகடிவாக் கூட ஆயிரும். நான் சென்டிமெட்டாத்தான் கையில எடுத்தேன். ஆச்சியம்மாவும் அம்மாவும் எனக்கு எந்த கொறயும் வைக்க மாட்டாங்கப்பா. மத்ததெல்லாம் சரின்னா இத ஏன் போட்டு கொழப்பிக்கிட்ருக்கீங்க? எல்லாத்துக்கும் மேல வாரம் ஒரு முறை நீங்களோ அல்லது நானோ எப்ப வேணுமோ உடனே வர முடியும்; பாக்க முடியும். அதுனால தைரியமா நீங்க செய்யலாம். எனக்கு எந்தத் தடங்கலும் இல்ல. யாருக்கு எந்த வேளைன்னு எந்தக் கொம்பாதி கொம்பன் கையிலயும் இல்லப்பா. அந்த ஒரு விஷயத்துக்காக போட்டு குழம்ப வேண்டாம்" என்றேன். "அப்டீங்ற" என்றவருக்கு நான் அவர் அருகிலேயே கூப்பிடு தூரத்திலேயே இருக்கிறேன் என்பது அப்பொழுதுதான் உரைத்தது போல. அடுத்த ரெண்டு நாட்களுக்குள் உறுதியாகி விட்டார். இப்படி நான் ஒங்ககிட்ட வந்திட்டேன். போதுமா? "டெஸ்டினி இஸ் க்ரூயல் டியர்" (விதி வலியது) என்றவள் கல கலவென்று சிரித்து அவன் தோள்களை உலுப்பி மறுபடியும் சாய்ந்துகொண்டாள்.

10

இராணுவத்திலிருந்து திரும்பி வந்து மறுபடியும் ஏதாகிலும் ஒரு நிறுவனத்தில் ஏசி அறைகளில் அழுக்குப் படியாமல் கணனியுடனும் காகிதங்களுடனும் கலந்திடும் அன்றாடமா? அல்லது பரீட்சார்த்தமாக முதலில் பாதி நிலத்தில் வித்தியாசமான விவசாய முயற்சிகளை மேற்கொள்வதா என்கிற கேள்வி சமீப காலமாக ஜெயந்தின் முன்னால் நிற்கிறது. கான்கிரீட் வன அலுவலகங்கள் அவன் இயல்புக்கு இனியும் கூட ஒத்து வராத ஒன்று என்பதை அவன் உள் மனம் அவ்வப்பொழுது நினைவு படுத்திக் கொண்டிருந்தது. வேறு எதுவும் தீவிரத் தொழில் முனைபவனாக சொந்தமாக எதுவும் ஒரு தயாரிப்பு முயற்சியிலோ அல்லது சேவைத் தளத்திலோ இயங்கலாமா என்று யோசித்தால் சுட்டுப் போட்டாலும் அவனுக்குள் இல்லாத வணிகத்தின் கொல்லும் விழிப்பு அவனை அதைரியப் படுத்தியது. சுமதியும் ஒரு பெரிய புள்ளியை நோக்கி நிதானமாக ஆனால் தீர்மானமாக முன்னேறிக் கொண்டிருப்பதனால் தானும் இன்னொரு முயற்சி என்பது அவ்வளவு இயல்பாய் தோன்றவில்லை. எனவே இயல்பானதும் பாரம்பர்யமுமானதும் என்பது விவசாய முயற்சிதான் என்று அவனை நெருங்கிக் கொண்டிருந்தது. சமயம் கிடைக்கும்போதெல்லாம் விவசாயம் குறித்த தரவுகளை அவன் புத்தகங்களிலும் இணையத்திலும் அலச ஆரம்பித்திருந்தான். தனியாக ஒரு நோட்டில் அவனுக்கு முக்கியம் என்று தோன்றிய குறிப்புகள், இணைய முகவரிகளை பதிவு செய்ய ஆரம்பித்தான். தன் வாசிப்பில் ஒன்றிரண்டு விவசாயப் பத்திரிகைகளையும் சேர்த்துக் கொண்டான். இன்னமும் நிறைய தரவுகளை சேகரித்துப் படித்து ஆய்ந்து ஒரு முடிவான தீர்மானத்துக்கு வரவேண்டும் என்பதில் அவன் உறுதியாயிருந்தான். “உங்களுக்குப் பிடித்ததில் மாத்திரம் நீங்கள் உறுதியாயிருக்க வேண்டும்; அதில் முழு மனதுடன் முயற்சிக்க வேண்டும். இதுதான் எனக்குத் தெரிந்தது.”

பொதுவாய் என்ன செய்யலாம் என்று சுமதியுடன் பேசிக் கொண்டிருந்தபோது அவள் கூறியது. வெகு இயல்பாய் சில நேர்மறைச் சிந்தனைகளின் விதைகளை அவள் கடந்து வந்த நாட்கள் சுமதியிடம் ஊன்றியிருப்பதை அவன் கவனித்திருக்கிறான். இதனால் சில சமயங்களில், உற்சாகமான தருணங்களில் "ஓ மை யங் பிலாஸபர் வாட் டூ யூ திங்க் ?" (என் இனிய தத்துவவாதியே என்ன நினைக்கிறீர்கள்?) என்று அன்றாட விஷயங்களில் அவளுடைய விருப்பத்தையும் தேர்வையும் தெரிந்து கொள்ள கேட்கிற போது சீண்டுவான். "என்ன கிண்டலா? ஒரு நாள் இல்ல ஒரு நாள் ப்ரொஃபஸராக் கூட ஆயிருவேன். அதுனால என்ன ? வாழ்வின் சரியான புரிதல்தான் மிகப் பெரிய தத்துவம். இட் ஸ் அஸ் சிம்பிள் அஸ் தட்; வித் இட்ஸ் ஓன் டெப்த்ஸ்" (எளிமையனா முடிவுகள்தான். ஆனால் ஆழம் மிகுந்த தேடல்களில்தான் அதன் பூரணம் புரியும்.) என்று சிரித்துக் கொண்டே அவளிடமிருந்து பதில் வரும்.

விடுமுறைகளில் ஊர் வரும் பொழுது எப்படியும் வாரத்தில் ஒரு நாள் விவசாயிகளும் வேலையாட்களும் தீவிரமாய் பயிர்களுடன் உறவாடிக் கொண்டிருக்கும் பகற் பொழுதில் ஒரு முறை வயல் வெளிகளில் காலார இடை பட்டு வருவது ஜெயந்தின் வாடிக்கை. இந்திய விவசாயம் பற்றிய அனுமானங்களும் ஆச்சர்யங்களும் குறித்த பார்வைகள், புரிதல்கள் அவனுக்கும் சுமதிக்கும் ஒரே விதமாய்த்தான் இருந்தன. அப்படி ஒரு விடுமுறையில் ஊர் வந்திருந்த போது மாலை காப்பி நேரத்தில் வெளியே வீட்டின் வராந்தாவில் ஒரு நீண்ட இடைவெளிக்குப் பின் மகேஷ் ஒரு உற்சாக உரையாடலில் ஜெயந்துடன் கலந்திருந்தான். சமயங்களும் சந்தர்ப்பங்களும் வாய்ப்பது கூட எங்கோ வகுக்கப்படுவது போலத்தானா? ஜெயந்துக்கு அது உறுதியாகப் பிடிபடவில்லை. பொதுவாக மகேஷினுடைய கல்லூரி நாட்கள், அவனுடைய பாடங்கள் குறித்து ஜெயந்த் விசாரித்தான். "ஆத்துத் தண்ணி இழுத்துட்டுப் போற உதிர்ந்த இலை மாதிரி எந்த முஸ்தீபுகளும் இல்லாம கிடைத்த இராணுவம் என்று நான் ஓட்டிட்டேம்ப்பா. ஆனா – என்னோட யோசனயாத்தான் – நீ அப்டி இருக்கக் கூடாது. சரியா ஒரு எய்ம் வச்சு அதப் பிடிச்சு போய்க்கிட்டேயிருக்கணும் தம்பி. அப்டிப்பட்டவங்கதான் லைஃப்ல பெரிய உயரத்துக்கு வர்ராங்க. காலேஜ்ல எவ்ளவோ ஒங்க ஃப்யூச்சர பத்தி உற்சாகப் படுத்தியிருப்பாங்களே?" என்று

நிறுத்தினான். “படிக்றதுக்கு கேக்குறதுகெல்லாம் நல்லாத்தான் இருக்குண்ணன்; அதுக்கு ஒர்க் பண்ணனும். ப்ராடெக்ட் டிசைன் பத்தி எதும் ஐடியா உங்களுக்குண்டா?” என்று மகேஷ் பதில் கேள்வி கேட்டான். “சமீபத்தில் அது பத்தி நெறயவே செய்திகள் வருது; இப்பத்தான் இன்ஸ்டண்ட் ரெஃபெரண்ஸ் நெட் இருக்கப்பா, அதுல தேடு.” என்று ஜெயந்த் யோசனை கூறினான். “பார்த்தேன்; ஃபாரின் யுனிவெர்ஸிடி கோர்ஸஸ் கொஞ்சம் நல்லாத் தெரியுது” என்று மகேஷ் பதில் கொடுத்தான். “ஆஸ்திரேலியாவோ அமெரிக்காவோ? யோசி; ப்ளான் பண்ணு. நம்ம வீட்லேர்ந்து நீ வெளிநாடு போணேன்னு இருக்கட்டும். பணம் காசுன்னு யோசிக்க வேண்டாம், ஊரை விட்டு வெளிய புறப்பட்டாலே ஒன் உலகம் விரிஞ்சுரும் தம்பி. வெளிநாடு என்பது ஒரு தனி புது அனுபவம். வாய்ப்பை பயன் படுத்திக்கணும்.” என்ற ஜெயந்தின் ஆமோதிப்பிற்கு மகேஷ் “அப்பா?” என்று இழுத்தான். ஒரு மென்னகையுடன் “ஏம்ப்பா இன்னுமா நீ அப்பாவுக்குப் பயந்துக்கிட்ருக்க? அப்பாட்ட பேசலாம். சம்மதிப்பார். நீ புறப்பட்டு வெளிய போய் உன் எல்லைகள் விரிவாகி நல்ல ஸ்டேட்டஸ்ல வரணுங்க்றதுதான் என் ஆசை; நல்லா யோசிச்சு ப்ளான் பண்ணி அதற்கேத்த ஈடுபாட்டோட ஒர்க் பண்ண ஆரம்பிக்கணும்.” என்று தம்பியை உற்சாகப் படுத்திய ஜெயந்துக்கு நெடுநாட்கள் கழித்து மகேஷை உரிமையுடனும் உறுதியுடனும் வழி காட்டிய திருப்தி ஏற்பட்டது.

சிறிது அமைதிக்குப் பிறகு “ஏண்ணன் ஆர்மி அசைன்மெண்ட் முடிந்து என்ன செய்றதா யோசிச்சிருக்கீங்க? ஏதோ விவசாயம், மாடர்ன் இன்புட்ஸ்ன்னு அண்ணி சொன்னாங்க? ஏன் அப்டி? ரெவின்யூ ரிட்டேர்ட் அப்பாவுக்கே முழுசா பிடி பட்ட மாதிரி தெரியலயே?” என்று நிறுத்தினான். கொஞ்ச நாட்களாகவே அண்ணனிடம் இது பற்றி கேட்கவேண்டுமென்றிருந்த மகேஷ் அன்று கேட்டு விட்டான். ஒரு மெல்லிய சிரிப்புடன் “ஏன், வேண்டாங்க்றியா?” என்ற ஜெயந்த் “யோசிச்சுப் பாத்தப்ப எனக்கு இதுதான் சரிப்படும்ன்னு தோனுச்சு. ஆபீஸ், ஃபேன், நாற்காலில்லாம் வேண்டான்னுதான் நான் ஆர்மிக்குப் போனேன். பதிமூனு வருஷம் கழிச்சும் நான் இன்னும் அப்படித்தான் இருக்கேன். நாலு சுவருக்குள்ள-அது நமக்கு ஒர்கௌட் ஆகாதுப்பா. கடை, வியாபாரம்-ஹூகும் அதெல்லாம் வேலைக்கே ஆகாது. அப்பாவுக்கு வயல் வரப்புலேர்ந்து ஓய்வு கொடுக்க வேண்டாமா? அத்தன நெலத்தயும் உடனே போக்யம்கிறதெல்லாம் சரியாத்

தோணல. ஸோ ஒன்லி ஆல்டர்னேடிவ் வெவசாயம்தான். ஆனா லேட்டஸ்ட்டா, டிஃபரெண்ட்டா; எக்ஸ்பரிமெண்டலா மொதல்ல மாடலா கொஞ்ச இடத்ல பண்ணி அந்த எக்ஸ்பீறியன்ஸ்லேர்ந்து அத விரிவாக்கணும். முடியாதா?" மகேஷ் சிரித்தான். "தண்ணி எவ்ளவு பெரிய பிரச்னைண்ணா? ஒத்தக் காவிரிய வச்சுக்கிட்டு நாலு ஸ்டேட் சண்ட போட்டுக்கிட்ருக்கு. இன்ஃபேக்ட் காவிரி இல்லேன்னா தமிழக கர்நாடக அரசியல்வாதிகளுக்கு அரசியலே இல்லேன்ற மாதிரி. இட் இஸ் நான்ஸென்ஸ்" என்று பொறுமினான். "உண்மைதான்; தண்ணி வெள்ளாமைக்கு ஜீவனான ப்ரச்னதான். அதான் லேட்டஸ்ட்டா, டிஃபரெண்ட்டான்னு சொன்னேனே? வாட்டெர் மேனேஜ்மெண்ட்றது பெரிய ஆர்ட்டப்பா. கோவணத் துணி இடத்ல அந்தப் பொட்டல் வெளில இஸ்ரேல் எப்டி பண்றாங்க பாரு. நம்மாள்களுக்கு அதுல்லாம் உரைக்றதேல்ல. இப்பதான் கொஞ்சம் கொஞ்சமா முழிச்சிட்டு வர்றாங்க. ரெண்டு மூணு மாசத்துக்கு முன்னாடி ஒரு "ஹிண்டு" சென்டெர் பேஜ் ஆர்டிக்கில்ல்ல ஒரு அருமையான தகவல் இருந்துச்சு. ஒனக்கும் தெரிஞ்சிருக்கும்னு நெனக்றேன். எகிப்தின் நைல் தண்ணீரை வேற வேற பதினேழு நாடுகள் சத்தமில்லாம பங்கு வச்சுக்கிறாங்க. அவர் கிரேட் இண்டியா? மாநிலங்களுக்குள்ளயே நீ சொல்ற மாதிரி அருவருப்பான பாலிடிக்ஸ். இதப் பத்தி இந்த நாட்ல ஒருத்தருக்குமே – பொலிடீசியன்ஸ், ஸைன்டிஸ்ட்ஸ், ஃபார்மெர்ஸ், கிரேட் இன்டெலிஜென்ட்ஸ் – யாருக்குமே வெக்கமில்லாம போனதுதான் வேதனை; போகட்டும். ஒருத்தர ஒருத்தர் சார்ஜ் பண்றதுல இந்தியரை விட சாமர்த்தியர்களை உலகம் பூரா தேடினாலும் கிடைக்க மாட்டாங்க. தணணில்லாம் யோசிச்சிட்டம்ப்பா. சரியா ப்ளான் பண்ணி மொதல்ல கொஞ்சம் செலவழிச்சா செய்ய முடியும்" என்று ஜெயந்த் நிறுத்தினான்.

"நம்ம ஃபார்மெர்ஸோட ஃபண்ட்ஸ் மேனேஜ்மென்ட்?" என்று சொல்லி நிறுத்திய மகேஷ் வீட்டிற்குள் சற்று எட்டிப் பார்த்து விட்டு "ஏண்ணன் அப்பாட்டயே இந்த நாலு வருஷ வெவசாயத்ல எதுவும் மிச்சம் இருக்கும்ணு நெனக்றீங்க? இத்தனைக்கும் அப்பா டீடோட்டலர்; எந்த வைஸஸும் கெடயாது. ஒங்க நேரம், உழைப்புக்கு ஒரு ரிட்டேர்ன்ஸ் வேண்டாமாண்ணன்? நீங்கங்க்றதுனால இப்படிக் கேட்டேன். ஹாற்ஷ் ட்ரூத் என்னன்னா பல சமயங்கள்ள நம்ம பாவப்பட்ட வெவசாயிங்க போட்ட

மொதலயே திரும்ப எடுக்றதுல்ல தெரியுமா?" என்று ஒரு வேகத்துடன் நிறுத்தினான்.

"நான் இல்லேன்னு சொல்லலியே? ஃபண்ட்ஸ் மேனேஜ்மெண்ட், லிக்யுடிட்டி, இதெல்லாம் பிஸினஸ்லயும் இண்டஸ்ட்ரியல் வென்சர்ஸூலயும் கெடயாதா என்ன? விவசாயத்ல அது டிகிரி கொஞ்சம் கூட. அம்மாவோட நகைல பாதி பேங்க் வால்ட்லதான் இருக்குன்னு எனக்குத் தெரியும். அப்பாட்ட கேட்டப்ப ஸேஃப்டிதானப்பா? அது ஒரு ரொட்டேஷனுக்கு இருக்கட்டும்ண்ணு சொல்றார். விடுவிக்க முடியாத ஒரு நிர்ப்பந்தக் கண்ணியில் விவசாயிகள் சுழலுகிறார்கள் என்பதுதான் யதார்த்தம். எல்லாத்தயும் ஒரே ராத்திரியில மாத்த முடியாது தம்பி. விவசாயக் குடும்ப பெண்களின் நகைகள் கல்யாணம் காட்சின்னா அவுங்க கழுத்துக்கு வர்றதும் ஷோ முடிஞ்ச உடனே அது மறுபடியும் பாடம் படிக்கப் போயிற்றதும் வாடிக்கையாயிடுச்சி. ஆனா ஒரு விஷயம் கவனிச்சிருக்கியா? தப்பித் தவறி ஒரு வெள்ளாமைல கைல கொஞ்சம் காசு வந்துரிச்சிண்ணா உடனே அவன் கண் முழுசும் பக்கத்துல இருக்ற துண்டு நெலம் மேலதான் போகும். கெடச்ச உபரித் தொகையை அலுத்துக்குட்டு சலிச்சிக்கிட்டு மறுபடியும் நெலத்லதான் போடுவானே தவிர வேற முதலீடெல்லாம் எண்பது சதமான விவசாயிகளுக்கு கிடையவே கிடையாது. இந்த மண் மீதான போதைலல்லாம் மாட்டிக்காம நாம யோசிக்கணும் தம்பி. மல்டி ப்ளாண்டிங்க் ப்ராஸஸ்ண்ணு இப்ப நெறய புது முயற்சிகள்லாம் இருக்கு தம்பி. கமர்ஸியல் க்ராப்ன்னா கரும்பு மட்டும்தான் நெனச்சிக்கிட்டு, வெட்டி ஏத்தி, மில்லுக்கு அனுப்பிட்டு பேமெண்ட்டுக்கு அவன் வாயப் பாத்துக்கிட்டு இருக்கக் கூடாது. போட்டா ஒன்னு போல காய்கறி விதைகளப் போட்டுட்டு பிடிய முழுக்க சந்தைல விட்டுட்டு வியாபாரிய தொண்ணாந்துக்குட்ருக்கக் கூடாது. வாழை மட்டுமில்ல அங்கொண்ணும் இங்கொண்ணுமா இப்ப தமிழ்நாட்ல கூட குறிப்பாச் சொல்ற மாதிரி சிலர் கான்ஸன்ட்றேடெட் ப்ளாண்டிங்க்ன்னு அந்தந்த மண்ணுக்குப் பொருந்தின முயற்சிகள்ள வெற்றி எடுக்றாங்க. அப்டி கொஞ்சம் தகவல்கள் திரட்டுனதுல சரியான ப்ளானிங், மண்ணுக்கேத்த பயிர், ப்ராப்பெர் ஃபண்ட்ஸ் மேனேஜ்மென்ட் இருந்தா சாதிக்க முடியுங்ற நம்பிக்கை இருக்கு தம்பி. நாம செஞ்சு ஒரு கோடு போட்டுக் காமிச்சோன்னு

வையேன், கொஞ்சம் பேருக்கு நம்பிக்கை வந்து அவங்களும் மாத்தி யோசிப்பாங்க; முயற்சிப்பாங்க. ஏதோ நம்ம காலத்ல நம்மால முடிஞ்சதுன்ற ஒரு திருப்தி இருக்கும்; என்ன சொல்ற? என்று ஜெயந்த் நிறுத்தினான்.

மகேஷ் அண்ணனிடமிருந்து விவசாயம் குறித்த இவ்வளவு தீவிரமான உற்சாகமான நம்பிக்கை தரக்கூடிய மதிப்பீடுகளையும், தேடல்களையும், திட்டங்களையும் எதிர்பார்த்திருக்கவில்லை. “கிரேட்ண்ணா. லெட் மீ பீ ஃப்ராங்க். நீங்க இவ்ளவு தூரம் தயாரிப்புகள்ள தீவிரமாயிருப்பீங்கன்னு நெனக்கலண்ணா. ஆல் த பெஸ்ட்” என்றான். உள்ளேயிருந்து கையில் இந்த முறை ஜெயந்த் வாங்கிக் கொடுத்திருந்த ஒரு பெரிய கைத் துப்பாக்கியை படபடத்துக் கனற வைத்தபடி வசந்த் ஓடி வந்து ஜெயந்த் கால்களைக் கட்டிக் கொண்டு பரபரவென்று அவன் மடிகளில் ஏறி அமர்ந்து கொண்டான். மகேஷைப் பார்த்துக் கொண்டிருந்த அவன் முகத்தைத் திருப்பி “அப்பா பார்க் போலாமா?” என்று கேக்கவும் “அம்மாட்ட கேளு, அம்மா ஓகேன்னா போலாம்” என்று சொல்லி அவனை கீழே இறக்கினான். சுமதியைத் தேடி “அம்மா” என்று கத்திக் கொண்டே வசந்த் உள்ளே ஓடினான். ஜெயந்த் “ இல்லப்பா, இப்பத்தான் ஆரம்பிச்சிருக்கேன். இன்னும் நெறயத் தேடி பக்காவா ப்ளான் பண்ணி ப்ரொசீட் பண்ணனும்ப்பா. செய்தால் சரியா - வித் மாடெர்ன் ஐடியாஸ் அண்ட் இம்ப்ளிமெண்ட்ஸோடதான். கையில இருக்ற நெலத்த ப்ராப்பரா யூஸ் பண்ணணுங்றதுதான் முக்கியம். இது மட்டுமில்ல; இன்னும் முக்கியமான இஷ்யூஸ்லாம் இருக்கு. நேரம் கிடைக்கும் போது பேசலாம்.”

சுமதியை தரதரவென்று இழுத்துக் கொண்டு வசந்த் திரும்ப வந்தான். “என்ன? இன்னொரு காப்பி குடிக்கிற அளவுக்கு அண்ணனும் தம்பியும் இவ்ளவு நேரம்? ரொம்ப இண்ட்ரெஸ்டிங்கா போய்ட்டுருந்த மாதிரி இருந்ததாலத்தான் நான் குறுக்க வர்ல. ஏன் மகேஷ், என்ன ஒங்க அண்ணன் பரீட்சைல பாஸா ஃபெயிலா?” என்று சொல்லி கலகலவென்று சிரித்தாள். “அண்ணன் பாஸோ இல்லயோ அண்ணி?” மகேஷ் மறுபடியும் வீட்டுக்குள் ஒரு முறை எட்டிப் பார்த்து விட்டு “அப்பா நிச்சயம் ஃபெயில்” என்று சொல்லி மெலிதாய் சிரித்தான். “சே, இப்ப கல்யாணி இல்லாம போய்ட்டாலே. ஒன் குசும்பு மாத்ரம் ஈஸ்வரனே மாதிரி ஒன்ன விடமாட்டு மீதுல்ல?” என்று கேட்டு விட்டு ஜெயந்த் எழுந்தான்.

மகேஷுடன் பேசியது தவிரவும் இன்னுமுள்ள பிரச்னைகள் பற்றியெல்லாம் தொடர்ந்து ஜெயந்த் அலசிக் கொண்டுதானிருக்கிறான். எல்லாவற்றிலும் தகவல்களைத் திரட்டி சரியான அனுமானங்களுக்கும் தீர்வுகளுக்குமான அவனது மனவோட்டம் தொடர்ந்து கொண்டிருக்கிறது.

பயிரை உயிரூட்டி உரமுள்ளதாக்க விளைச்சலை உத்தரவாதமாக்க செயற்கை உரங்களின் விலை இடுபொருட்களில் முக்கியப் பட்டியலில் வந்து கடன் பாரத்தை ஏற்றும். செயற்கை உரங்கள் இல்லாத வேளாண்மையையோ, விவசாய உற்பத்தியில் தன்னிறைவையோ யோசித்து பார்க்க முடியாது. ஒரு சாதாரண விவசாயிக்கு ஆர்கானிக் என்ற பதமே ஆடம்பரம். தவிர்க்க முடியாத நவீன உழவின் ஆதாரமான ட்ராக்டரும், டில்லரும் சாணம் போடாது. சமீப காலமாக நாட்டில் ப்ரஸ்தாபமாகும் ஆர்கானிக், இயற்கை விவசாயம் என்கிற புது மோஸ்தர் இந்த தேசத்தின் கோடானு கோடி வயிறுகளுக்கான உணவு என்கிற அவசியத்தை மறந்த ஆடம்பரமாக உலா வருவதாகத்தான் அவனுக்கு தோன்றுகிறது. பசுமைப் புரட்சி இல்லாத உற்பத்தித் தன்னிறைவையும், நவீன விஞ்ஞான உற்பத்தி உத்திகள் இல்லாத பசுமைப் புரட்சியையும் நினைத்துப் பார்க்க முடியுமா என்ன? காற்றும் நீரும் விஷமாகிப் போன சூழலில் கத்திரிக்காயிலும் வெண்டைக்காயிலும் இரசாயனம் இல்லாமல் சாப்பிடுகிறோம் என்று பீற்றிக் கொள்வதில் அனுகூலம் இருப்பதாகத் தெரியவில்லை. உண்மைதான். உலகின் மிகப் பெருவாரியான ஜனத்தொகையின் உணவையும் நீரையும் தீர்மானிப்பது பன்னாட்டு பகாசுரக் கம்பனிகள்தாம். மொட்டை மாடி புடலங்காயும் கத்திரிக்காயும் கொண்டு அவர்களை வென்று விடமுடியும் என்பது எவ்வளவு பெரிய பேதைமை? தேர்ந்தெடுத்த அரசாங்கம் ஏக போகங்களின் முன்னால் மண்டியிடாமல் இருப்பதை உறுதியாக்காமல், அதற்கான விழிப்புணர்வு, அக்கறை இல்லாமல் ஆர்கானிக் ஓடுகளுக்குள் புகுந்து கொள்கிற ஆமைகளாய்.

இவ்வளவு தடைகளையும் தாண்டி தன் விளைபொருளை சந்தைக்குக் கொண்டு போகும் விவசாயிக்கு அந்த சந்தையின் மேல் எள்ளளவும் பிடியில்லாமல் அது இடைத் தரகர்களின் சுகமாக மாத்திரம் கோலோச்சுகிறது. ஏக்கம் நிறைந்த விழிகளுடன் கிடைத்த விலைக்கு உதறி வருவதுதான் இந்திய விவசாயத்தின் உச்ச கட்ட சோகம். எழுபது வருஷங்கள் கடந்தும் உற்பத்தியை

பெருக்கத் தெரிந்த தேசத்துக்கு, இன்னமும் விளைபொருளுக்கு விவசாயிக்கு ஒரு நியாய விலையையும் மக்களுக்கும் கட்டுப்படியாகும் நிலவரத்திலும் உறுதியாக்கும் உருப்படியான சந்தையை உருவாக்க முடியாமல் போனதுதான் சோகம். இருக்கிற கொஞ்ச நஞ்ச மண்டிகள், ஒழுங்கு முறை விற்பனைக் கூடங்களையும், அரசின் நேரடிக் கொள்முதல்களையும் உலை வைக்கும் அபாயத்தில் அரசின் முஸ்தீபுகள். யோசித்துப் பார்த்தால் ஜெயந்துக்கு பெரு மூச்சு வருகின்றது. சமீப காலமாக அவன் சிந்தை இப்படி ஒரு போராட்டக் களமாகவே மாறியிருந்தாலும், அவ்வப்பொழுது சுமதியுடன் இந்த விஷயங்களையெல்லாம் பகிர்ந்திருந்தாலும், விவாதித்திருந்தாலும், தன்னையும் கூட இந்த விவசாய போதை ஆட் கொண்டு விட்டதோ என்று தனக்குள் நகைத்தவாறே, தொடர்ந்து தகவல்களைத் திரட்டுவதிலும் ஆய்வதிலும் ஈடுபட்டுக் கொண்டுதானிருந்தான்.

ஒரு முறை இணையத்தில் அலசிக் கொண்டிருக்கும் போது தற்செயலாக இந்திய விவசாயிகள் தற்கொலை என்ற பக்கத்துக்குள் நுழைந்து விட்டான். 1997லிலிருந்து 2005 க்கு இடைப்பட்ட வருடங்களில் குறைந்தது ஒரு மணி நேரத்திற்கு ஒரு இந்திய விவசாயி தன்னைத் தானே மாய்த்துக் கொள்கிறான் என்கிற ஒரு புள்ளி விவரம் அவனைக் கலங்க வைத்தது. விடுமுறையில் வருகிற பொழுதெல்லாம் ஊரிலோ அல்லது சுற்று வட்டாரத்திலோ எப்படியும் ஒரு தகவல் அவன் காதுகளில் விழுகின்றது. தன் ஆளுமை இழந்த ரணத்தில் மரணம் தரும் சுயத்தில் இளைப்பாறத் துணிகிற சோகம் ஒரு ரோகமாய் படர்ந்து கொண்டிருக்கிறது. சராசரி விவசாயின் ஆளுமை என்ற பிம்பத்தில் எளிதான இணைப்பில் வலுவான குடும்பம், கோயில், கும்பிடும் கடவுள்கள், சொந்தம் கொள்ளும் உறவுகள், அவன் நிலத்தில் அவனோடு இணைந்து இடை படும் சக விவசாயிகள், கூலிகள், கடன் தந்தவர்கள் என பல வண்ணங்களின் கலவையாய். இவை அத்தனைக்கும் தீனி போடும் அவன் கையின் பசை, கூட்டல் கழித்தலில் ஒரு நிலுவையில் ஓடிக் கொண்டே இருக்க வேண்டும். இதில் எங்கே எப்பொழுது இடி விழுந்தாலும் அவன் “மயிர் நீப்பின் உயிர் வாழாக் கவரி மான்தான்.” வெள்ளாமையை சூறையாடும் வெள்ளம், புயல்,அதனால் கணக்கு தவறும் அவன் கடன் சுமை, இதனால் தன் கண் முன்னே இழக்க நேரிடும் நிலம் மற்றும் கௌரவத்தின் முன்னே அவன் உயிர் தலை மயிருக்குக்

கூட சமானம் இல்லை என்று ஆகி விடுவதுதான் சோகம். ஒரு பெரிய தொழிலதிபர் மஞ்சள் நோட்டீஸ் கொடுத்து விட்டு சத்தம் காட்டாமல் ஜனத் திரளுக்கு மத்தியில் இன்னொரு நகரில் அடுக்கு மாடிகளுக்குள் தன் வசதிக்கேற்றவாறு அடைக்கலமாகி விடுவார். இன்னுமொரு சிறிய முயற்சியை ஆரம்பித்து ஐந்தாறு ஆண்டுகளில் பீனிக்ஸ் பறவையாய்

சடசடப்பார்; தொழிலில், வணிகத்தில் அது சாத்தியம். நூறு இருநூறு குடும்பங்களே இருக்கிற விவசாயக் கிராமத்தில் ஒரு விவசாயி வாழ்ந்து கெட்டவனாக இருக்கத் துணியவே மாட்டான். அவன் அடையாளம் அப்படி ஒரு முகவரியை சுமக்க அனுமதிக்காது.

மோஸ்தர் கலைந்த சூப்பர் ஸ்டார்கள் மக்கள் மனதிலிருந்து கரைந்து மறைந்து விடுவார்கள். மிஞ்சிய பணத்துடன் எங்காவது ஓரமாய் ஒதுங்கிக் கொள்வார்கள். அற்ப சொற்ப நிலத்தை வைத்துக் கொண்டு ஊர் பஞ்சாயத்தில் கவுரவமாய் அமர்ந்தவன், தன் ஸ்தானம் இழக்கிற போது இந்த உலகத்தை விட்டே விடை பெறுவானே அல்லாமல் வீட்டிற்குள்ளேயே முடங்குவதோ, வேறு ஊருக்கு ஓடிப் போவதோ அவனுக்கு சாத்யமற்ற சாதகம். துண்டு நிலம் அவன் தோளின் துண்டின் கம்பீரமாய் இருக்கிறது. அவன் நிலத்தோடுதான் உழல்கிறான்; உறங்குகிறான். அது கை விட்டுப் போகும் போது விடைபெற்றுக் கொள்கிறான். ஊருக்கு சோறு போடுபவனின் உயிரை மாத்திரம் அவன் கவுரவத்திற்கு உத்தரவாதமாக்கும் நிர்ப்பந்தமான சமூகக் களத்தை, இந்திய நிலவுடமை உறவுகளின் அவலத்தை என்னவென்று சொல்வது? இந்த தேசத்தின் விவசாயம் என்கிற சூதாட்டத்தில் எவ்வளவு பரிதாபமான பகடைகளாய் விவசாயிகள்? வாழ்வின் குரூர மாய வலைகளினின்றும் இவர்களை மீட்டெடுப்பது யார்? எது? என்ன செய்வதென்று அறியாமல் திகைத்துப் போய் திருவிழாக் கூட்டத்தில் காணாமல் போன குழந்தையைப் போன்று கையறு நிலையில் நம் அரசாங்கங்கள்.

இவ்வளவு தீவிரப் போராட்டத்தில் உழல்கின்ற விவசாயிக்கும் எல்லையில் விழிப்பாய் நிற்கிற இராணுவ வீரனாகிய தனக்கும் என்ன வித்தியாசம் என்று ஜெயந்த் நினைப்பதுண்டு. நடவிட்டு, நீர் பாய்ச்சி, களை எடுத்து,உரமிட்டு, பூச்சிகளிலிருந்து காப்பாற்றி, விழித்திருந்து, நாளோரு மேனி, பொழுதொரு வண்ணமாக அதைப் பாது காத்து, பயிர் முற்றி தானிய மணியுடன் காற்றில்

நடனமாடும் பயிரை ஒரு விவசாயி எவ்வளவு விழிப்புடன் வளர்த்தெடுக்கிறான். இரவும், பகலும், பனியிலும், வெயிலிலும், மழையிலும், குளிரிலும் சீருடையின் கத கதப்பில், ஆயுதங்களின் பாரத்தில் எப்பொழுதோ தலை நீட்டப் போகும் எதிரிக்காய் எப்பொழுதும் விழிப்புடன் காத்திருக்கும் ஒரு இராணுவ வீரனுக்கும் விவசாயிக்கும் பணியில் அதிக வித்தியாசமில்லைதான். போர் முனையின் வெற்றிக்கு உத்தரவாதமான ஏர் முனையின் பங்களிப்பு எவ்வளவு அவசியமோ, அதே அளவு வளம் கொழிக்கும் விவசாயத்தின் உத்தரவாதத்திற்கு அமைதியுமான எல்லையுமாய் ஒன்றுக்கொன்று ஒன்றையொன்று சார்ந்த விஷயங்கள்தான்.

எனவே சீருடையைக் கழட்டிய பின், எத்தனையோ தடைகளும் இன்னல்களும் இயல்பாய் வாய்க்கப் பெற்றிருந்தாலும் அவனுக்குப் பொருந்துவது விவசாயம்தான் என்ற முடிவுக்கு ஜெயந்த் நெருங்கிக் கொண்டிருந்தான். அப்பாவிடம் இன்னமும் முடிவாகக் கூற வில்லை. தன் முயற்சிகள் முற்றிலும் விஞ்ஞானம் சார்ந்த நவீன வேளாண் வழிகளைச் சார்ந்ததாய் இருக்க வேண்டுமென்பதில் அவன் உறுதியாயிருந்தான். இன்னமும் அதற்கென முன் திட்டங்கள் ஆய்வுகள் நிறையச் செய்ய வேண்டியுள்ளது என்பதிலும் அவன் முனைப்பாயிருந்தான். இந்திய விவசாயத்தின் எல்லா நடைமுறைச் சிக்கல்களையும் தனி ஒருவனாக நீக்கி விட முடியாது என்ற யதார்த்தம் அவனுள்ளே உறைந்திருந்தது. ஆனால் சரியான மாற்று முறைகளை முனைந்து, முன்னேறி சிறிய சிறிய வெற்றிகளைப் பெற முடியுமானால் அதன் மூலம் மற்றவர்க்கு நம்பிக்கை தருகிற உற்சாகம் ஊட்டுகிற வெளிச்சத்தைத் துவக்குகிற ஒரு சிறு பொறியாக இயங்க முடியும் என்ற உத்வேகம் அவனுள்ளே இருந்தது. மஹராஷ்ட்ரத்தில் ஐந்தே ஐந்து ஏக்கர் நிலத்தில் பல் வகை பயிரிடும் உத்தி என்ற முறையில் பன்னிரண்டே வருஷங்களில் அந்த மண்ணில் வளமானதொரு வெற்றி அடைந்து விருதும் பெற முடியுமென்றால் அது தமிழ் நாட்டிலே ஏன் சாத்தியப்படாது? இடர் நிறைந்த பயணம்தான் எழுச்சியூட்டுவதும் பயனுள்ளதாயும் இருக்க முடியும். வாழ்வின் மீதான இயல்பான இயற்கையான பற்றும் காதலும் அதை சாத்தியமாக்கும். கடந்து வந்த பாதை என்று பெருமை கொள்ளக் கூடியதாய் இருக்கும். நாட்கள் கடந்து போகும் முன்னே ஏதோவொன்றை, நம்மால் முடிந்ததை உருப்படியாய் செய்தோம்

என்ற நிறைவைத் தரும். யோசிக்க யோசிக்க ஜெயந்துக்கு அவன் திட்டம் குறித்த வாயில்கள் விரிவானதாகவும் அதிகத் தகுதியும் பயனுள்ளதாயும் புலப்பட்டது. அவனுடைய தீவிர தேடல்களைக் கவனித்த சுமதி "யெஸ் மை டியர் யங் ரெவிலூஸனரி ஃபார்மர் -வாட் இஸ் டுடேஸ் நியூஸ்?" (என் பிரிய விவாசயப் புரட்சியாளரே இன்று என்ன செய்தி?) என்று அவனை உரிமையோடு சீண்ட ஆரம்பித்திருந்தாள்.

11

ஜெயந்தின் வேளாண்மைத் தரவுகள் திரட்டும் முயற்சியில் இந்திய விவசாயிகளின் நிதி மேலாண்மை, அதன் குளறுபடிகள், தொடரும் மரணங்கள் என்று அவன் ஆழ்ந்திருந்த போது பெரியப்பாவின் நினைவு வந்தது. “இடிபாடுகளும் சிதிலங்களுமே கடந்து போன சாம்ராஜ்யங்களின் மகோன்னதங்களை பிரகடனம் செய்கின்றன” என்ற குஷ்வந்த்சிங்கின் கவித்துவ வரிகளே ஜெயந்தின் மனதில் பட்டது. கல்யாணியின் கல்யாணம். மதுரைச் சம்பந்தம். சோழவந்தான் பூர்வீகம். நில புலன்கள் இருந்தன. இஞ்சினியர் மாப்பிள்ளை. மாப்பிள்ளை அழைப்புக்கு முன்னாலும் கல்யாணத்திற்குப் பின்னாலுமாக ஐந்து நாள் கல்யாணம். வீட்டின் மேற்கில் முதல் வீடும், கிழக்கில் நாலு வீடும், தெரு அகலத்தில் முக்கால் பாகத்திற்கும் மேலாக சைக்கிள்கள் பாத சாரிகளுக்கு மட்டும் இடம் விட்டு படு அமர்க்களமான தஞ்சாவூர் அலங்காரப் பந்தல் போட்டு, ஊரில் பாதிக்கும் மேலாக ஐந்து நாளும் சாப்பாடு இங்குதான் நடந்திருக்க வேண்டும். சாப்பாட்டுப் பந்திக்கு, தெரு முனையில் இருந்த பள்ளிக்கூடம் போக இரண்டு வீடுகள் ஒதுக்கித் தந்திருந்தார்கள். அப்பா இருபது நாள் லீவு. ஜெயந்த் காலேஜுக்கு ஒரு வாரம் லீவு போட்டது போக ஒரு மாதம் அநேகமாக எல்லாவற்றையும் ஏறக் கட்டிட்டு அலைந்து கொண்டிருந்தான். முக்கியமானவர்கள் தவிர மற்றவர்களுக்கெல்லாம் உறவுக்குள் அம்மாவும் பெரியம்மாவுமாய் பிரித்துக் கொண்டு வண்டியிலும் அம்பாஸடரிலுமாக பத்திரிகை வைத்துக் கொண்டிருந்தார்கள். கல்யாணி வீட்டினுள் அவள் அறையிலும் ஹாலிலுமாக மௌனமாய் வீட்டில் அரங்கேறும் பரபரப்பான ஆர்ப்பாட்டங்களை அளவிட்டுக் கொண்டிருந்தாள். சந்தர்ப்பம் வாய்த்த போது ஜெயந்திடம் “ஒரு நாள் இல்ல ஒரு நாள் நம்ம சமூகத்ல நான் வீட்ட விட்டு போய்த்தான் ஆகனும். ஆனா ஒனக்கு சரின்னு தோனுதாண்ணா? எதுக்கு இவ்வளவு தட புடல். நேரம் காசயெல்லாம் விரயம் பண்ணி” என்று தன் ஆட்சேபத்தைப் பதிவிட்டாள். பெரியப்பாவிடம் யாரும் எதுவும் பேச முடியாது. பெரியம்மா, அம்மா, பெரியப்பா மூவரும் வெளியே போயிருந்தார்கள். அப்பாவிடம் முறையிட்டாள். அப்பாவுக்கு

சமையல்கார அம்மாளிடம் காப்பி தரச் சொல்லி விட்டு அப்பா காப்பியை ருசிக்கும் போது "அப்பா... ஒங்கண்ணன்ட்ட சொல்றதுதானே" கையில் காப்பியுடன் அப்பா கல்யாணியை பார்த்தார். "கல்யாணம்ல்லாம் சரி. எதுக்கு இவ்ளவு தட புடலா? இன்னும் கொஞ்சம் கூட சிம்பிளா இருக்கலாமே?"

அப்பா காப்பியை முடித்தார். சிக்கலான கேள்வி தன்னிடத்தில் வரும் என்று அவர் எதிர்பார்த்திருக்கவில்லை. "உக்கார்டா. உக்கார்டா". ஊஞ்சலில் அவளை அமர்த்தி தலை கோதி கண்கள் மெலிதாய் திரையிட "எல்லாருக்கும் அப்பா போறாய்யாங்ற மாதிரி ஒன்ன அனுப்பி வைக்ற மாதிரி சொல்றியா?" கல்யாணி சட்டென்று அப்பாவின் கையைப் பிடித்துக் கொண்டு "அப்பா... நோ சென்டிமென்ட்ஸ். நான் கேட்ட கேள்விக்கு பதில் சொல்லுங்க" என்று தன் கையிலிருந்த கைக்குட்டையால் அப்பாவின் கண்களைத் துடைத்து விட்டுக் கேட்டாள். ஊஞ்சலிலிருந்தவாறே வாசலைப் பார்த்தார். மாலை இறங்கும் வெயில் பளீரிட்டுக் கொண்டிருந்தது. டொங்க் - டொங்க் என்று ஒத்தைக் கொட்டை மட்டும் தட்டிக் கொண்டு தெருவில் முன்னவர் சிவிங்கி கடந்து சென்றது. கல்யாணியைப் பார்த்து லேசாகச் சிரித்து ஆனால் அழுத்தமாக "பாத்தியா? முன்னவர் ஏன் சின்ன சிவிங்கியில போறார்? பின்னால உற்சவர் ஏன் அவ்வளவு பெரிய சப்ரத்துல கம்பீரமா ஆர்ப்பாட்டமா வாறார்? அதே உற்சவர் சித்திர மாசத்துல ஏன் அவ்ளவு பெரிய தேர்ல அண்ணாந்து பாக்ற உயரத்ல வாறார்? எல்லாத்துக்கும் ஒரு காலமும் நேரமும் ஸ்தானமும் இருக்குடா. அது கடவுளேன்னாலும் கூட. எங்களோட ஒரே ஒரு ராசாத்திய நாங்க சும்மா அனுப்பிற முடியுமா? நாளைக்குப் போற இடத்துல ஒன் மாமியார் ஒன்ட்ட ஏதாவது சொல்லணும்னு நெனச்சா கூட இந்தப் பந்தல் ஞாபகம் வந்தவுடனேயே வாய் அடச்சுப் போய்ற வேண்டாமா? தவிர அப்பாவுக்கு ஒரு ஸ்டேடஸ் இல்லயா? அதுக்கேத்தபடி அவன் ஒனக்குச் செய்ய வேண்டாமா? நீ சொல்ற சிம்ப்ளிசிட்டில்லாம் ஊர் ஒத்துக்குமா? நடுவூர் பண்ணை ஒரேயொரு பொண்ண யார்ட்டயோ பிடிச்சுக் கொடுத்த மாதிரி அனுப்பிட்டார்ன்னு சொல்ல மாட்டாங்களா?" என்று நிறுத்தினார்.

கல்யாணி எழுந்தாள். சிரித்துக் கொண்டே "அப்பா சும்மா லைட்டர் சென்ஸ்ல - சரியா? நீங்களும் ஒங்க ரெவின்யூ டிப்பார்ட்மெண்ட் லாஜிக்கும். போங்கப்பா" எனவும் சர்மா சிரித்து விட்டார். பிறகு சொன்னார். "பயப்படாத. அப்டில்லாம் நான்

விட்ருவனா? அங்கங்க அங்கங்க புள்ளி வச்சிருக்கேன். அப்டி ஒன்னும் கை மீறில்லாம் போகாது. நீ உற்சாகமா பாக்க வேண்டிய வேலைகளைப் பாரு" என்று சொல்லிவிட்டு அடுத்த வேலையைப் பார்க்கப் புறப்பட்டுவிட்டார். ஆக, கல்யாணியின் விழிப்பான ஆட்சேபணைக்கெல்லாம் இடமில்லாமல் கல்யாண ஜரூர் அதன் போக்கில் ஓடிக் கொண்டிருந்தது. மாப்பிள்ளை அழைப்புக்கு லால்குடி ஜெயராமன், கல்யாணத்தன்றைக்கு சென்னையிலிருந்து பிரபல திரை மெல்லிசைக் குழு என்று களை கட்டியது. இப்படியாக வீட்டுத் திருவிழா முடிந்து கல்யாணி சென்னைக்கு குடியேறினாள். அப்பாவும் அம்மாவும் போய் வேண்டிய தேவைகளையெல்லாம் பூர்த்தி செய்து குடியமர்த்தி விட்டு வந்தார்கள்.

கல்யாணி புறப்பட்டுச் சென்ற அடுத்த இரண்டு நாட்கள் கல்யாணக் களைப்பு தீர ஓய்வு. மூன்றாம் நாள் ஊஞ்சலில் படுத்திருந்தவாறே பெரியப்பா வாசலில் பந்தல் பிரிக்கப் பட்டுக் கொண்டிருப்பதை பார்த்தார். காலியாய் வெறுமையாய் இருந்த கல்யாணியின் அறையைப் பார்த்தார். கல்யாண உழைப்பு, மகளை அனுப்பி வைத்த தேடலில் பெரியம்மா சட்டென்று மெலிந்து விட்டார். வயல் பக்கம் போய் மாதம் நெருங்குகின்றது. மறு நாள் மூன்று மணிக்கு காப்பியைக் குடித்துவிட்டு சைக்கிளெடுத்துக் கிளம்பினார். தென்னையின் கீழிருந்த கட்டிலில் அமர்ந்து பயிர்களைப் பார்த்தார். பயிர்களின் மத்தியிலிருந்து அவரைச் சீண்டும் அந்தக் குறும்புச் சிரிப்பில் கல்யாணி போல. சண்முவை மணம் முடித்து நேற்று வீட்டுக்குள் நுழைந்தது போல இருந்தது. மேலே இரண்டு கிளிகள் கிறீச்சிட்டுக் கொண்டு ஒன்றையொன்று துரத்திக் கொண்டு படபடத்து பறந்தன. யாருக்கும் காத்திராத நாட்களின் வேகம். மகளைக் கௌரவமாய் அனுப்பி வைத்தாகி விட்டது. பெரியப்பா வயலுக்கு சென்றிருக்கிறார் என்று தெரிந்து பின்னாலேயே ஜெயந்த் வந்துவிட்டான். ஜெயந்த் சற்று தள்ளி பயிர்களைப் பார்த்தவண்ணம் வருவதைப் பார்த்த போது, நில புலன்கள் விஷயமாக செய்ய வேண்டிய சில வேலைகளை சீக்கிரம் செய்து விட வேண்டும் என்று தீர்மானித்துக் கொண்டார்.

மூன்று நாள் இருந்து வேண்டுமென்கிற வசதிகளையெல்லாம் செய்து கல்யாணியைக் குடியமர்த்திவிட்டு அப்பாவும் அம்மாவும் திரும்ப வந்தார்கள். காரியஸ்தரும் அப்பாவுமாக கல்யாண வரவு செலவுகளை முடிக்க மூன்று நாட்களுக்கும் மேலானது. சில செலவுகளுக்குப் பணம் கொடுக்க மறுபடியும் கொஞ்சம் வங்கியில்

நகைக் கடனும், கொஞ்சம் இருந்த தானியங்களை விற்றும், கொஞ்சம் வாணியர் தெரு ப்ரோ நோட்டுகள் என்றும் தீர்த்து வைக்கப் பட்டது. பெரியப்பாவின் கணக்கு இன்னும் இருபது தினங்களில் வெட்டுக்கு ஆயத்தமாகும் ஐந்து ஏக்கர் வாழையை சந்தையாக்குவதில் இருந்தது. பெருவாரியாய் கேரளத்தில் அதிகம் கழியும் நேந்திரம் குலைகள் நன்றாக வந்திருந்தன. வெட்டுவதற்கு ஒரு வாரம் முன்னால் விதி சூறைக் காற்றின் வடிவில் விளையாடியது. எத்தனை முட்டுகள் கொடுத்திருந்தும் அத்தனையையும் தகர்த்து விளையாடிய புயல் சூறையாடி சின்னா பின்னமாக்கிப் போய் விட்டது. என் வாழையைத்தான் சரிப்பாய்; என்னை என்ன செய்வாய்? என்ற கேள்வியுடனே வரப்பில் நின்று காற்றில் ஆடும் தன் தலை மயிரை பின்னுக்கு இழுத்து பார்த்துக் கொண்டிருந்த அந்த கம்பீரம் இப்பொழுதும் ஜெயந்தின் கண்களில் நிழலாடியது.

காரியஸ்தர் "நான் பாத்துக்கறன்ய்யா; நீங்க வர வேண்டாம்" என்று சொல்லிப் பார்த்தார். பெரியப்பாவை விட்டு ஐந்தடி தள்ளி நின்றிருந்தார். கண்காணிகள் ரெண்டு பேரும் இன்னும் தள்ளி, இடம், காலம்,சூழல், நிலவரம் – அந்த இழப்பின் பாரம் அவர்களை அழுத்த. ஜெயந்தை பார்த்தார். லேசாகச் சிரித்து "என்ன?" என்றவர் தள்ளியிருந்த கங்காணிகளை அழைத்தார். பக்கத்தில் வந்தவர்களிடம் "ஏம்ப்பா நேத்துதான் மொதல்ல வாழ வச்ச மாதிரி பேயறஞ்ச மாதிரி நிக்கியே ஏன்? ஆகுறதுதான் ஆகும்". திரும்பிக் காரியஸ்தரிடம் "காலேல வியாபாரிய வரச் சொல்லு. போட்ட மொதலுக்குக் கூட தேறாதுதான். வரச் சொல்லு". கண்காணிகளைப் பார்த்து "ராவுக்கு ஏழெட்டு பேரக் காவலுக்கு வச்சு கொஞ்சம் பன்னிகள்ட்டேர்ந்து காப்பாத்திக்கோ. காலைல பார்ப்போம்" என்று சொல்லி விட்டு ஜெயந்துடன் புறப்பட்டு விட்டார். இரவு பெரியம்மாவிடம் "வாழை விஷயம் கல்யாணியிடம் மூச்சு விடக் கூடாதுன்னு" கட்டளையிட்டு விட்டு ஏதோ ஒப்புக்கு சாப்பிட்டுவிட்டு படுத்தார். ஜெயந்த் இரவு தூக்கத்தில் கல்யாண பந்தி முடிந்து எடுத்துப் போடப் பட்ட இலைகளின் கனவில் புரண்டு படுத்தான். போக வேண்டிய விலையில் கால் பாகத்துக்கும் கீழாகக் கிடைத்த பணத்தை பெரியப்பா ஏறிட்டும் பார்க்கவில்லை. அப்பா காரியஸ்தரிடம் ஏதாவதொரு நகைக் கடன் கணக்கில் பணத்தை அடைக்கச் சொல்லி விட்டார்.

அடுத்த பருவம் இன்னுமொரு மூன்று ஏக்கர் சேர்த்து, மொத்தம் எட்டு ஏக்கரில், அதிக இடர் எடுக்கத் தேவையில்லாத குறுகிய கால உயர்தர வாழைக் கன்றுகள் என்று கோயம்புத்தூரிலிருந்து அறிமுகப்

படுத்தப்பட்ட ஒரு கம்பெனியிடமிருந்து, விளைச்சல் தவறினால் கொடுத்த விலையில் எழுபத்தைந்து சதம் பணம் திரும்பத் தரப்படும் என்ற சந்தை உத்திகளின் உத்தரவாதங்கள் தரப் பட்ட கன்றுகள் நடப்பட்டன. முதல் மாதம் வித்தியாசமாய் பச்சைப் பசேலென்று மிகவும் நம்பிக்கை ஊட்டுவதாகத்தான் கன்றுகள் வளர்ந்தன. இரண்டாம் மாதம் இலைகளில் லேசாக வெள்ளை படர்ந்து கிழிய ஆரம்பித்தன. கம்பெனியிலிருந்து வந்து பார்த்தார்கள். அந்த மருந்து, இந்த மருந்து, உரக் கலவைகளில் வித்தியாசமான சேர்க்கை, நீர் பாய்ச்சுவதில் மாற்று முறை என்று கம்பெனியின் பிரதிநிதி இருபது நாட்களுக்கும் மேலாக ஊரிலேயே தங்கியிருந்து செய்முறை விளக்கங்கள் கொடுத்தார். இலைகளில் வெள்ளை படர்வது நின்றது. கம்பெனி ஆள் கிளம்பி விட்டார். மூன்றாம் மாத துவக்கத்தில் ஒவ்வொன்றாக பட்டுப் போக ஆரம்பித்த கன்றுகள் அடுத்த பதினைந்தே நாட்களில் கீழே மூடும் அழுகி எல்லாம் பாழ் வெளியானது. பெரியப்பா கை கழுவி விட்டார். அப்பா தன் உத்தியோக செல்வாக்கை வைத்து கம்பெனிக் காரர்களிடம் அவர்கள் போட்ட ஒப்பந்தத்தின் படி முதல் தவணையாக ஒரு செக் வாங்கி வந்தார். அது மூன்று முறை திரும்பி ஒரு வழியாக வசூலாயிற்று. பெரியப்பா அதற்கு மேல் அப்பாவை கம்பெனிக்காரன் பின்னால் அலைய வேண்டாம் என்று தடுத்து விட்டார்.

வாழை குப்புறத் தள்ளிய முகாந்தரத்தோடு ஆரம்பித்த பருவ நிலைக் கோளாறு அந்த வருஷமும் அடுத்த வருஷமும் முற்றிலுமாய் மழை வஞ்சித்ததில் தொடர்ந்தது. வறட்சியின் கோரப் பிடியில் பாளம் பாளமாய் பிளந்திருந்த வயல் வெளிகளில் ஆடுகள் ஒரு புல்லாவது தேறுமா என்று முகர்ந்து முகர்ந்து சோர்ந்து போயின. பஞ்சம் பிழைக்கப் புறப்பட்டுப் போன கூலிகள் போக இருந்த ஐந்தாறு குடும்பங்களுக்கு ரெண்டு வேளைக் கஞ்சிக்காவது உத்தரவாதம் செய்ய வேண்டிய நிலவரம். தென்னையின் தூரில் ஈரம் இல்லையென்றால் அது மேலே காய்ந்த மட்டைகளாய் காற்றில் ஆடி வறட்சியை உரக்க உரசிக் கொண்டேயிருக்கும். தொடர்ந்து மூன்று வருடங்கள் வைரம் கொழித்த அந்த பூமி ஒரு சொட்டு நீருக்காய் வாய் பிளந்து வானம் பார்த்த பூமியான சோகம் மாநிலத்தில், மாவட்டத்தில், ஊரில் எல்லாக் குடும்பங்களிலும் நங்கூரமிட்டிருந்தது. எந்த வரவும் இல்லையென்றாலும் மூன்று வருஷங்களும் பொங்கல் தீபாவளியென்று கல்யாணிக்குச் செய்ய வேண்டிய சீர்செனத்திகளில் எள்ளு மணி குறையாமல் செய்வதில் பெரியப்பா உறுதியாயிருந்தார்.

12

மூக்கால் வாசிக்கும் மேலான குடும்பத்தின் நகைகள் வெவ்வேறு வங்கிகளில் பாடம் படிக்கப் போய் விட்டன. வாணியர் தெரு ப்ரோ நோட்டுடனும், இல்லாமலும் வாங்கிய நிலுவைகள் வறட்சியைப் பார்த்து மிரண்டு ஏதாவது செய்ய இயலுமா என்று அப்பாவிடம் சின்ன சின்ன அழுத்தங்கள் தொடர ஆரம்பித்தன. இடையில் ஒரு முறை பெரியப்பாவும் அப்பாவும் மட்டுமாக தொடர்ந்து ஒரு வாரமாக அந்த மெல்லிய தணிந்த உரையாடல்கள் தீவிரித்துக் கொண்டிருந்தன. பெற்றோர்களின் பாரம் அறிந்து, நாகரிகம் கருதி இந்த சம்பாஷணைகள் நடந்து கொண்டிருக்கும்போது கூப்பிட்டாலொழிய அவர்கள் அருகில் நிற்பதை ஜெயந்த் தவிர்த்தான். ஈஸ்வரனையும் அப்புறப் படுத்தி அவன் கவனத்தைத் திசை திருப்பினான். குடும்பத்தைச் சுற்றி படரும் ஒரு மெல்லிய சரடு சுற்றுவதை, அது கொஞ்சம் கொஞ்சமாக இறுகுவதை ஜெயந்த் உணர்ந்தான். பத்து நாட்கள் தீர்க்கமான உரையாடல்களுக்குப் பின்னால் காலையில் ஒரு நாள் அப்பா பத்திரப் பதிவாளர் அலுவலகத்துக்கு சென்றார். பன்னிரெண்டு மணியளவில் பெரியப்பா சைக்கிளை எடுத்துக் கொண்டு பத்திரப் பதிவு அலுவலகத்துக்குச் சென்றவர் அரை மணி நேரத்துக்குள்ளாக திரும்பி வந்து விட்டார். அதன் பின் ஒரு மணி நேரம் கழித்து அப்பா வந்தார். மதியம் சாப்பிட அமரும் முன் இருவர் மத்தியிலும் இருந்த அந்த இறுகிய அசாதாரணமான அமைதி - ஜெயந்துக்கு கொஞ்சம் பயம் கூட வந்தது. நடுவூர் பண்ணைக் குடும்பத்தில் மிக முக்கியமான ஒரு முத்திரை அன்று பதிக்கப் பட்டு விட்டது என்பது அவனுக்குப் புலப்பட்டது. பெரியப்பா தாத்தாவின் அந்த ஆடும் நாற்காலியில் அதே கம்பீரத்துடன். இரண்டு மூன்று மாதங்களுக்குப் பின் அன்று பெரியப்பாவின் முகம் திருப்தியும் தெளிவுமான நிலவரம் போல. அப்பா பக்கத்தில் நாற்காலியில் அமர்ந்து அவர் டைரியில் ஏதோ எழுதுவதும் அண்ணன் ஏதும் கேட்பாரோ என்ற எதிர் பார்ப்புடனும். அப்பாவின் முகம் குழம்பியிருந்தது; உற்சாகம்

இல்லை. பெரியம்மா சாப்பிடக் கூப்பிட்டாள். நாற்காலியில் இருந்து எழும் முன் ஜெயந்தை அழைத்து தன் வலது கையால் அவன் கையை இறுகப் பற்றிக் கொண்டு எழுந்தவர் அவன் கரம் பிடித்துக் கொண்டே கை கழுவச் சென்றார். பெரியம்மா பரிமாற வெகு அமைதியாய் அந்த போஜனம்.

ஒரு பதினைந்து நாட்கள் கழித்து, மாலை நடைக்கு போவதற்கு அவருடைய நண்பர்களுக்காக காத்திருக்கும் வேளையில், தூரத்தில் எங்கோ திசையற்ற பார்வையில் நிலைத்திருந்த அப்பா "தம்பி" என்றவர் உடன் தலை குனிந்து கொண்டார். ஜெயந்த் சட்டென்று "அப்பா எனிதிங்க்?" என்று அவர் கைகளைப் பற்றிய போது நிமிர்ந்தவர் கண்கள் நீரில் நிறைந்திருந்தன. "ஒங்க பெரியப்பன்ட்ட எவ்வளவோ சொன்னேன். இது வரையிலும் அண்ணன் போட்ட கோட்டைத் தாண்டியதில்ல. ஆனா எவ்ளவோ போராடிப் பார்த்தேன். சாதிச்சிட்டார். தாத்தா அவர்ட்ட சொல்லியிருந்தபடி பூமியப் பிரிச்சுட்டார்ப்பா" ஜெயந்துக்குப் புரிந்தது. "ஓகேப்பா, ஓகே ரிலாக்ஸ். வேற ஒன்னும் இல்லயே. பெரியப்பாதான எல்லாத்தயும் பாக்கப் போறாங்க. அதுனால ரிலாக்ஸ்." மகனிடம் சொல்லி விட்டதில் சர்மாவுக்கு ஒரு பெரிய பாரம் இறங்கிய திருப்தி போல. "ஆனாலும் விடாப் பிடியா போராடி – அந்த பிள்ளக்கு ஒரு பிடி வேண்டாமாப்பா? மாட்டேன்னுதான் சொன்னார். இல்லேன்னா நான் சம்மதிக்க மாட்டேன்னு சொன்னதுக்கப்றம் என் விருப்பபடி அவளுக்கும் கொஞ்சம் எழுதிட்டார்ப்பா. ஈஸ்வரன் போக்கு எனக்கு திருப்தியில்லை. அவர்ட்ட அவன் பேச்செடுத்தாலே இப்ப எதுக்கு அதெல்லாம்ன்னு கை கழுவுற நெலவரத்லயே இருக்கார். மகேஷ் சின்னப் பையன். நீ வீட்டுக்கு பெரியவன். என்ன நடந்துருக்குங்றது ஒனக்குத் தெரியணுங்றதுக்காக ஒரு தகவலா சொன்னேன். அவ்வளவுதான். மழை வரட்டும்; எல்லாம் சரி பண்ணலாம்." என்று சொல்லும்போது அப்பாவின் முகத்தில் சற்று நம்பிக்கை தெரிந்தது.

நடுவூர் பண்ணைக்கே உரிய அதே கம்பீரத்தில் அண்ணனும் தம்பியும் காதும் காதும் வைத்தாற் போல கணக்கு வழக்குகளைப் பிரித்துக் கொண்டார்கள் என்ற செய்தி மெதுவாய்ப் பரவி ஊர் வாயில் சற்று நைந்து அரைபட்டு அடங்கி விட்டது. வாணியர் தெரு கடன் வட்டி பரிபாலனங்கள் இன்னும் பெரியப்பாவை எட்டத் துணியாமல் அப்பாவை அவ்வப்பொழுது நெருக்கிக் கொண்டிருந்தது. பெரியப்பாவின் ராஜாங்கத்தில் அவருக்கு ஆயிரம்

காதுகள். தகவல்கள் அவருக்கு தெரியாமலா இருக்கும்? மறுபடியும் அண்ணனும் தம்பியும் தணிந்த குரலில் ஆரம்பித்தார்கள். பின்னால் அப்பா சொல்லி ஜெயந்த் தெரிந்து கொண்டது. "அலுவலகத்தில் பிஎஃப், இன்னும் சொஸைட்டி லோன் போட்டு வட்டி பிரச்னைகளை சமாளித்து விடலாம். நான் பார்த்துக் கொள்கிறேன்; நீங்கள் பேசாமல் இருங்கள் என்ற அப்பாவின் யோசனையை பெரியப்பா தீர்க்கமாய் நிராகரித்து விட்டார். "உழவு, பயிர், கடன் இதெல்லாம் என்னோட நிக்கனும். ஒன் ஆபீஸ் வரைக்கும் அது வரக் கூடாது. வேல பாக்கிற இடத்ல ஒன் கௌரவம் துளிக் கூடக் குறையக் கூடாது. பெரிய விஷயம் இல்லப்பா. தெண்டமா வட்டிக்கு நம்ம உழைப்பும் நேரமும் விரயமாகக் கூடாது. எவன்ட்டயும் போய் நாம ஒத்துக்கிட்டதிலேர்ந்து வட்டியக் குறைச்சுக் கேக்கவும் கூடாது. இப்டிச் செஞ்சான்ன? அதான் சரி. களத்து மேடு தாண்டி கோமணத்துணி மாதிரி நெட்டுக்கு ஒரு ரெண்டரை ஏக்கர் அது ஒன்னுக்கும் பிரயோஜனமில்லாம அப்டியேதான் கெடக்கு. அதுல நீர ஏத்தி வெளச்சல் பாத்தாலும் சுண்டக்கா காப் பணம்; சும கூலி முக்காப் பணம்ன்னுதான் ஆயிருது. ஏற்கெனவே மேலூர் காசிநாதன் லேசா ஏன்ட்ட எப்பவோ கேட்டுப் பாத்தான். நான் இப்ப ஒன்னும் யோசனை இல்லேன்னு அப்ப அவன தட்டி விட்டுட்டேன். அது தாண்டி அவனோட இடம் ; ரோட்ட ஒட்டி. அவன் ஒரு மில்லு, கோடவுனுன்னு கணக்கு போட்றான் போல. நானும் யோசிச்சேன். ஆனா ஆள் பலம் இல்லாம நமக்கு அது கை மீறுனதுன்னு விட்டுட்டேன். அத பைசல் பண்ணி எல்லாத்தயும் முடிச்சிடலாம்பா. என்ன சொல்றெ?" என்று தம்பியிடம் கேட்டு விட்டு வெற்றிலை செல்லத்தில் பாக்கைத் தேட ஆரம்பித்தார்.

அப்பா முதலில் "அவ்வளவுக்கென்ன இப்ப அவசரம்?".

"மழ இந்த வருஷம் கை கொடுக்கும். ஆனாலும் இன்னும் ரெண்டு வருஷத்துக்கு தொடர்ந்து நல்ல படி வெளஞ்சாத்தான் இந்த சள்ளேலர்ந்து வெளிய வர முடியும்ப்பா. நீ யோசி. எனக்கு இதான் சரின்னு படுது." இப்படி யோசனைக்கு பிள்ளையார் சுழி போட்டது பெரியப்பாதான். பெரியப்பா எப்பவும் முதலில் அப்படிப் போடுவார். அதன்பின் தான் தீர்மானித்தபடி காயை நகர்த்திக்கொண்டே போய்விடுவார். "சந்ததிக்கு நாம கம்பீரமா தந்துட்டு போகணுமேயொழிய பிக்கல் பிடுங்கல் எல்லம் இருக்கக் கூடாதுப்பா. நீ நிதானமா காசிநாதன்ட்ட பேச்சு கொடு" என்று

அடுத்த கட்டத்துக்கு நகர்ந்தார். அப்பா மறு படியும், கொடுக்கும் ரெண்டரை ஏக்கரில் தன் பங்கும் இருக்கணும். அதனால் பிரித்ததில் ஒரு ஏக்கராவது பெரியம்மா பேருக்கு எழுதி விடுவேன் என்று கண்டிஷன் போட்டார். சிறிது யோசித்த பெரியப்பா "சரி, உன் இஷ்டம் செய்" என்று சொல்லி விட்டார். திரும்பவும் பெரியப்பா இந்த பரிவர்த்தனைக்கெல்லாம் பதிவாளர் அலுவலகத்துக்கு வரக் கூடாது என்பதில் உறுதியாயிருந்தார் அப்பா. கொடுக்கப் போகிற இரண்டரை ஏக்கருக்கு மாத்திரம் பெரியப்பாவிடம் பவர் வாங்கிக் கொண்டார். ஒரே மாதத்தில் இடம் கை மாறியது. அடுத்த இரண்டு நாட்களில் வெளிக் கணக்குகள் பைசல் செய்யப் பட்டன. பெருவாரியான நகைகள் வீடு திரும்பின.

ஊர் மறுபடியும் பரபரப்பாகி அமர்ந்தது. சீட்டுக் கச்சேரியில் பெரியப்பாவிடம் நிலம் கை மாறியதைப் பற்றி பேசெல்லாம் ஒருவருக்கும் துணிச்சல் கிடையாது. ஏதோ ஒரு பேச்சில் மேலத் தெரு சங்கரன் வாயில் சனி புகுந்தது. அல்லது நெடு நாள் உள்ளே உறுத்தியிருக்க வேண்டும். அவன் சீட்டை இறக்கிக் கொண்டே "விட்டுப் பிடிக்க எங்களுக்கென்ன அண்ணாச்சி மாதிரி ஊர் முச்சூடும் எடமா இருக்கு? ஏதோ நாங்க ஓட்டிகிட்ருக்கோம்" என்று சொல்லி பேச்சு வழக்கம் போல கிண்டலும் கேலியுமாய் தொடர ஆரம்பித்தது. பெரியப்பா சீட்டுகளைக் கவித்தினார். பக்கத்திலிருந்த செம்பிலிருந்து தண்ணீர் எடுத்து வாயில் நன்றாக உமிழ்ந்து ஷெட்டுக்கு வெளியே சென்று காறி உமிழ்ந்தார். சங்கரன் கை நடுங்கியது. ரெண்டு நிமிஷம் மௌனத்தில் ஆட்டம் தடை பட்டது. "மூர்த்தி... வர்ரம்ப்பா" என்று எட்டரை மணிக்கே பெரியப்பா கிளம்பி விட்டார். பெரியப்பா சங்கரனையெல்லாம் சட்டை செய்வதே கிடையாது. மகளுக்கு சீமந்தம் பண்ண காசில்லேன்னு ஆயிரம் ரூபா வாங்கிட்டுப் போனவன்தான?. பின்னாடி சம்பந்தி சிபார்சில் சிமிண்ட் வியாபாரம், அப்புறம் யூரியா ஸ்டாக் பண்ணி, அப்புறம் வெள்ளாமைல நெல் பிடிக்க ஆரம்பிச்சு அப்டி வளர்ந்து இன்னக்கு ஊர்ல பெரிய வியாபாரி. பெரிய வீடு கட்டியிருக்கான். டவுனில் ஒரு ஜவுளிக் கடைக்கு ஏற்பாடு பண்ணிக்கிட்ருக்கான். வியாபர ஜபர்தஸ்து – வாய்க் கொழுப்பு ஓடியது. ஒரு வழியாய் அந்த ஆட்டத்தை முடித்தார்கள். இன்னும் நாலு பேர் கிளம்ப அன்றிலிருந்து ஐந்து நாட்கள் சீட்டுக் கச்சேரி கூடவில்லை. நடந்த சேதாரத்தை சரி செய்ய சில

முயற்சிகள் எடுக்கப் பட்டன. பெரியப்பா வந்தவர்களிடம் “அதைத் தவிர எதுன்னாலும் பேசு -அப்புறம்” என்று கறாராக மறுத்து விட்டார். கடைத் தெருவில் சங்கரனைச் சுற்றி குழுமிய குசுகுசுப்பை சமாளிப்பது அவனுக்கு பெரும் பாடாகி விட்டது. மெள்ளவும் முடியாமல் முழுங்கவும் முடியாமல். சங்கரன் நேரில் வந்து மன்னிப்பு கேட்பதாக வந்த முன்மொழிவுகளையும் பெரியப்பா தீர்மானமாய் மறுத்து விட்டார். “அவன இருக்குற இடத்துல இருக்கச் சொல்லு. எனக்கு ஒரு மயிரும் கொறஞ்சிறல. எவன் மேலயும் எனக்கு எந்த வருத்தமும் இல்ல” என்று சொல்லி தூது வந்தவர்களை வாசலிலேயே சொல்லி அனுப்பி விட்டார். எது எப்படியோ சீட்டாட்டக் கச்சேரி நின்றதில் பெரியம்மாவுக்கு பெரிய பாரம் இறங்கி விட்டது.

13

ஊர் கூடி கொடும்பாவி இழுத்தார்கள். மேற்கே, மேலே மலை முகட்டில் சில சிறப்பு பூஜைகள் என்றும் முயன்றனர். ஒரு வழியாய் மழை வந்தது. வாய்க்கால்கள் மறுபடியும் சிலிர்க்க ஆரம்பித்தன. பஞ்சம் பிழைக்கப் போன குடும்பங்களில் பாதி அப்படியே பட்டணம் போய் விட்டது. மூன்று வருஷங்களுக்குப் பிறகு வயலிலும் தெருக்களிலும் ட்ராக்டர்களின் படபடக்கும் சத்தம் கேட்க ஆரம்பித்தது. தென்னைகளில் பாதி போனது போனதுதான். மீதியைத் தக்க வைக்கும் முயற்சிகளில் இறங்கினார்கள். நடவு போடுவதைப் பார்ப்பதோடு கொஞ்சம் உடம்பில் வெயில் பட வேண்டும் என்ற யோசனையுடனும் பதினோரு மணிக்கு மேல் வயல் வெளிக்கு புறப்பட்டு வந்திருந்தார் பெரியப்பா. காரியஸ்தர் ஏதோ வேலையாய் டவுனுக்குப் போயிருந்தார். சுற்றி அதன் நீரும் சேறுமாய் வயலும் அதில் குனிந்த முதுகோடு கைகளில் பரபரக்கும் நாற்றின் பச்சையுமாய் - உள்ளுக்குள் நெடுநாள் கழித்து ஈரம் படர்வதை உணர்ந்தார். ஒரு பார்வை பார்த்து விட்டு அவருடைய கட்டிலுக்கு வந்தார். தண்ணீரைக் குடித்துவிட்டு வெற்றிலைச் செல்லத்தை எடுத்து ஒரு கொட்டைப் பாக்கை பாதியிலும் பாதியாக வெட்டி அதன் மேல்தொலி சீவி பின் பொடிப் பொடி துகளாக்கி பல்லில் இடுக்கிக் கொண்டு, இருப்பதில் இளம் வெற்றிலையை தேர்ந்தெடுத்து அதை ஈரம் போக தன் வேட்டியில் மடியில் வைத்து துடைத்து, காம்பு கிள்ளி, அதன் மீது செல்லமாக வாசனைச் சுண்ணாம்பு தடவி, வாயின் உள்ளே இறுக்கி நிதானமாய் சவைக்க ஆரம்பித்தார். சற்று தூரத்தில் உழவில் இருக்கும் ட்ராக்டரை சுற்றி வெள்ளை நாரைகள் இறங்குவதும், படபடத்து ஏறுவதுமாய்; நீல வானத்தில் மேகங்கள் கருத்து சூல் கொள்ள ஆரம்பித்திருந்தன. "பயிர் வளர்ந்து பால் விட்டு கதிர் முற்றி அறுத்து புது நெல்லு வீட்டுக்கு வரும் போது கல்யாணியையும் மாப்பிளையையும் கூப்பிட்டு புதுச் சோறு போட்றனும். பாவிப் பய புள்ளக்கு வாக்கப் பட்டு போனதிலிருந்து அது கொடுப்பின ஆகாமப் போச்சு." அதை நினைக்கும் போதே மனது நிறைந்து தனக்குள் சிரித்துக் கொண்டார்.

திரும்பியவர் கண்களில், பண்ணையின் களத்து மேடு தாண்டி ஐந்தடிக்கு இடைவெளி விட்டு நிறுத்தப் பட்டிருந்த கல் தூண்களும், அதன் ஊடாகவும், சுற்றியும் முறுக்கப்பட்ட கம்பி முள் வேலிகளும் விழுந்தன. முதல் வேலையாக வாங்கியவன் வேலி போட்டிருந்தான். என்ன அவசரம்? எப்படிக் கேட்க முடியும்? சில இடங்களில் முள் வேலிகளின் மீது போகைன்வில்லா செடி படர்ந்து அது லேசாக ஒன்றிரண்டாய் பூக்க ஆரம்பித்திருந்தது. வேலிக்குள்ளாக ஏதோ பயிர் போல. எழுந்து நின்று கூர்ந்து பார்த்தார். வேலி தொட்டு ஒன்று போல முப்பது அடிக்கும் மேலாக, 'அடப் பாவி' –வரிசையாக சவுக்கு நடப் பட்டிருந்தது. சவைத்துக் கொண்டிருந்த வெற்றிலையை உமிழ்ந்தார். தண்ணீர் குடித்தார். "மில் கட்டுகிறேன், கோடவுன் அது இதுவென்று சொல்லி விட்டு, வெளங்காதவன் சவுக்க நட்டு" - பொருமினார். எங்கோ வலிப்பது போல் இருந்தது. "கட்டாந்தரையாகக் கிடந்தாலும் தாத்தாவின் தாத்தா காலத்திலிருந்து கையிலிருந்த பூமியைக் கழட்டி விட்டு இப்ப யோசிச்சு என்ன? எப்படியானாலும் சின்ன சறுக்கல்தான். தம்பி வேணாம்ன்னுதான் சொன்னான். ஆனா இப்ப இருக்ற இந்த நிம்மதி இருந்துருக்குமா?" கட்டிலில் சாய்ந்தார்.

"களத்து மேட்டை சுற்றியிருக்கும் பனைகளிலிருந்து, அப்பாவின் கை பிடித்து வந்து, மட்டை பிடித்து தந்த இளம் பனங் கீற்றின் மதுர வாசனையோடு இணைந்து மணக்கும் அப்பொழுது இறக்கிய பதனீரை சட்டையிலும் மேலும் சிந்தி உறிஞ்சிக் குடித்த ஞாபகம் வந்தது. வெகு சமீப காலமாகக் கூட கல்யாணியும், ஈஸ்வரனும்,சின்னவனும் ஜெயந்தின் மேற்பார்வையில் சிந்தி சிதறிக் குடித்ததும் நினைவில் வந்தது. நல்ல வேளை பனை தப்பியது. பனை என்னவோ எல்லாவற்றையும் பார்த்துக் கொண்டுதானிருக்கும். நாமதான் அவசரப் பட்டுட்டோமா? நேத்து மொளச்ச சங்கரன்ல்லாம் கேக்ற மாதிரி? ஹும் .. வெயில்ல காய வேண்டாம். தண்ணி ஒதுக்கக் காத்திருக்க வேண்டாம். கங்காணிகளையும் கூலிகளையும் மேய்க்க வேண்டாம். ஃபேனுக்கடில கல்லால வெள்ள வேட்டி சட்டையோட அந்த வியாபர ஜிகினாக்குல்லாம் என்னவொரு இளக்காரம்? கை மாற்றியிருக்கிற இடத்தில் போயிருக்கிற ஒரு ஒண்டிப் பனை இவரை ஏக்கத்துடன் பார்ப்பது போல் இருந்தது." உடம்பு லேசாக வேர்த்தது. துண்டை வைத்து முகம் துடைத்துக் கொண்டார். நாக்கு உலர்ந்து தாகமெடுப்பது போல இருந்தது. எழுந்தவர் கட்டிலை விட்டு எழுந்து சுற்று முற்றிலும் எங்காவது கண்காணி தென்படுகிறானா என்று பார்த்த போது பஞ்சம் பிழைக்கப் போய் திரும்பி வந்திருந்த

மாயாண்டியின் மகன் ஓடி வந்தான். “எப்படா வந்த?” “பத்து நாளைக்கு மேல இருக்கும் மொதலாளி” என்றான். “எப்டிடா இருக்கா? எதும் விஷேசம் உண்டா?” என்று பஞ்சாயத்து பண்ணியதில் எதுவும் பலன் உண்டா என்பது போல் விசாரித்தார். “நல்லா இருக்கோம் மொதலாளி” என்றவனிடம் “சரி. எதுலேர்ந்தாவது ஒரு நல்ல இளநி கொண்டா. தண்ணி நெறய இருக்ற மாதிரி” என்று அவனை அனுப்பி விட்டு கட்டிலில் அமர்ந்தார். எழுந்து கட்டிலை இன்னும் நிழலுக்கு ஒதுக்கி விட்டு உட்கார்ந்தார்; உட்கார முடியவில்லை. ஒரு சாச்சு படுத்தார். துண்டை எடுத்து தலைக்கு அண்டை கொடுத்தார். தென்னையையும் அந்த புங்கை மரத்தையும் தாண்டி நீல வானத்தின் பின்னணியில் பத்துப் பன்னிரெண்டு பறவைகள் ஒரே சீராக ஒரு வில் வடிவத்தில் இறக்கை அடித்து நீந்தி சென்று கொண்டிருந்தன. முதுகுப் பக்கம் ஏதோ ஊருவது போல. மறுபடியும் முகம் வேர்த்தது. முதுகிலும் நெஞ்சிலும் வலி ஊர்ந்து தீவிரமாகியது. எழுந்திருக்க முயன்றார்; முடியவில்லை. பறவைகள் கூட்டம் அதே வேகத்தில் முன்னேறிக் கொண்டிருக்கும் போது கண்களின் முன்னால் பெரிய பிரகாசமான வெளிச்சமாய் மேகங்கள் கலைவது போல – எழுந்து தொடுகிற தூரத்தில்- தூரத்தில் முள்வேலிகள், பனைகள் - மறு படியும் பிரகாசமாய் மேகம் .. மேகம்.. எங்கும் வெளிச்சமும் மேகமுமாய்.. .. ..

இளநீரைச் சீராக வெட்டிச் சீவி, இடுப்பில் தொங்க விட்ட அரிவாளோடும், கையில் கழுவி சுத்தமான கண்ணாடி தம்ளரோடும் வந்தவன் “முதலாளி, முதலாளி”. ஹூகும் .. கொஞ்ச நேரம் விட்டு மறுபடியும் “முதலாளி - இளநி முதலாளி”. அவரிடமிருந்து எந்த அசைவுமில்லை. தன் பெயர் களைந்த ஸ்தூலமாய்த்தான் நடுவூர் பண்ணை வரதன் கட்டிலில் கம்பீரமாய் மல்லாந்திருந்தார்.

அரிவாளைக் கீழே போட்டு விட்டு இளநீரை கட்டில் காலில் சாய்த்து வைத்து விட்டு “அப்போய்” என்று பெருங் குரலெடுத்துக் கூவினான். பையனின் கூக்குரல் கேட்டு மாயாண்டி ஓடி வந்தான். அப்பனும் மகனுமாய் கட்டிலைச் சுற்றிச் சுற்றி வந்து பரபரப்பானதைப் பார்த்து நடவில் இருந்த பெண்கள் ஏதோ விபரீதம் என்று ஓடி வந்தனர். தானாடா விட்டாலும் தன் சதையாடி, தான் கையளித்த நிலத்தின் சோகத்தை உறவுக்கும், எவருக்கும் சொல்லாமல், மயிர் நீப்பின் உயிர் வாழாக் கவரிமானாய், பாரம்பர்யக் கௌரவத்தைத் தளும்புகளாக்கி பெரியப்பா விடை பெற்றுவிட்டார். மரணித்தது பெரியப்பா அல்ல. நடுவூர் பண்ணை என்கிற ஒரு சாம்ராஜ்யமும்,

அதன் சௌந்தர்யமும், ஜீவனும். உயிர் கொடுத்தேனும் காத்த ஒரு பாரம்பர்யத்தின் செழுமையும் வனப்பும் சுகந்த வாசனையாக, தன் பயிர் வெளியில் பயிர்களின் ஊடாக காற்றோடு காற்றாக பெரியப்பா கலந்து கரைந்து விட்டார்.

முழு ஊரும் ஒரு வார காலத்துக்கும் மேலாக மௌனத்தில் கனத்தது. அவர் நினைவோடு மிச்ச நாட்களை அந்த வீட்டிலேயே கழிப்பேன் என்று பெரியம்மா ஓய்ந்து விட்டார். உதவிக்கும் துணைக்கும் உறவிலிருந்து மத்தி வயதான ஒரு விதவை அம்மையாரும், பெருவாரி நேரம் அம்மாவுமாக பெரியம்மாவின் அருகிருந்தனர். தான் இருக்கும் வரை அந்த பெரிய வில் வண்டி நின்ற இடத்தில் நிற்க வேண்டுமென்று பெரியம்மா பிரியப் பட்டார். அம்பாஸடர் சென்னைக்கு கல்யாணியிடம், அவள் மறுத்தும் அனுப்பப்பட்டது. எல்லாம் ஒன்றரை வருடங்கள்தான். பெரியம்மா விடை பெற்ற பிறகு அந்த பெரிய வீடு தனக்கு வேண்டாம் என்று சொல்லி திருச்சியில் ஏதோ வியாபாரம் முயற்கிக்கிறேன் என்று ஈஸ்வரன் புறப்பட்டு விட்டான். அவ்வப்பொழுது ஊரில் தலை காட்டுவான். அப்பாவுடன் ஒரு பத்து நிமிஷங்கள்தான். போய்விடுவான். நடுவூர் பண்ணை பெரிய வீடு பூட்டப் பட்டு விட்டது. வாரம் ஒரு முறை வீட்டைச் சுற்றி தூத்தெடுத்து மரத்தின் உதிர்ந்த சருகுகளை ஓரத்தில் ஒரு குழியில் போடுகிறாள் ஒரு வேலைக்காரம்மா. பெரியம்மாவுக்குப் பின் தாத்தா அண்ணனின் ஒரே நினைவாக அந்த ஆடும் நாற்காலியை மட்டும் அப்பா வீட்டுக்குக் கொண்டு வந்தார். வெகு அரிதாக அதில் அமர்கிறார். கல்யாணி, ஈஸ்வரன், பெரியம்மா நிலங்கள் போக்கியத்திற்கு போக, இப்படி நடுவூர் பண்ணை சாம்ராஜ்யத்தின் நினைவில் மிஞ்சியது எட்டு முழ வேஷ்டியும், சீராக கை மடித்து விடப்பட்ட சந்தனக் கலர் பட்டு ஜிப்பாவும், கழுத்தில் மினுங்கும் புலிநகம் பதித்த மைனர் செயினுமாய் ஈஸ்வரனும், தடதடக்கும் அவனுடைய புல்லட்டும் மாத்திரமே. காலங்கள் மாறும் என்பதின் ப்ரத்ட்சய உதாரணமாய், உயிராய் பெரியப்பா. அம்மாவையும், ஆச்சியம்மாவையும் நினைவுகூர்ந்து சுமதி கலங்குவது போலவே பெரியப்பா பற்றி பேச ஆரம்பிக்கும் போதே ஜெயந்துக்கும் தொண்டை அடைக்கத்தான் செய்கிறது.

14

ஜெயந்த் பயணம் முடிந்து தன் தலைமையகத்தில் வந்திருந்தான். இரண்டே நாட்களில் ஒரு ப்ரத்யேக பயிற்சிக்காக மறுபடியுமாக அவன் இராணுவக் கல்லூரிக்கு அனுப்பப் பட்டான். எட்டு மாதப் பயிற்சி நிறைவுற்ற பின் எல்லைக் கட்டுப்பாட்டு கேந்திரத்திற்கு மாற்றப் பட்டான். அவன் எதிர் பார்த்திருந்ததுதான். தலைமையகத்துக்கும் எல்லைப் பணிக்கும் நிறைய வித்தியாசங்கள் உண்டு. ஒப்பீட்டளவில் எல்லைப் பணி எப்பொழுதும் விறுவிறுப்பாக இருக்கும். அப்படி இல்லாவிட்டாலும் இருப்பது போன்ற ஒரு பிம்பம் எப்பொழுதும் கட்டப் பட்டிருக்கும். அது தவிர்க்க முடியாதது. கொட்டுகிற பனியிலும், மழையிலும், குளிரிலும் அந்த வனாந்தர வெளியில் உடல் கனக்கும் சீருடை, குளிர் காக்கும் கவச உறைகள், துப்பாக்கி உள்ளிட்ட ஆயுதப் பொதிகளுடனும், வாய் மற்றும் நாசியின் வழி வெளியாகும் பனிப் புகையுடன் முள் வேலிகளின் ஊடாய் எப்பொழுதும் விழித்திருக்கும் மனதுடனும் விழிகளுடனும். யுத்தம் அல்லது யுத்த நிலவரமான கலவர காலங்களில் இந்த தவத்திற்கு, காத்திருப்புக்கு ஒரு அர்த்தம் இருக்கும்; தேவை இருக்கும்; அந்த நியாயம் புரியும். ஆனால் அமைதி நாட்களில் ஒரு இராணுவ வீரனின் அதே முஸ்தீபுகள் அனைத்தும் கொஞ்சம் யோசித்துப் பார்த்தால் அபத்தமாகவே தெரியும். யுத்த களத்தின் தீவிரப் பாய்ச்சல்களின் அபாயத்தைக் காட்டிலும், அந்தக் கண்காணிப்பு பணிக்குதான் நீடிய பொறுமை தேவைப்படும். அசதியும், அலுப்பும், எரிச்சலும் ஒரு சேர தேசத்தின் எல்லையெனும் நீண்டு செல்லும் அந்த முள் வேலிகள் இவனை பரிதாபத்துடன் மெல்லிய கிண்டலுடன் பார்ப்பதாகவே ஜெயந்துக்கு தோன்றும். கண்காணிப்பு கோபுரங்களில் பணியிலிருக்கையில், நீண்ட இரவுகளில் முணுமுணுக்கும் நட்சத்திரங்கள் மாத்திரம்தான் துணை. வேலிகளின் அந்தப் பக்கம் பகையாகவேதான் இருக்க வேண்டுமா? அதனால்தான் எல்லை முள் வேலிகள் ஆனதா? ஏன் மரங்களாய்,மலர்களாய் இருக்கக் கூடாதா? மனிதன் என்று

தேசங்களாய் பிரிந்தான்? அல்லது பிரித்துக் கொண்டான்? கொடுக்கப் பட்ட பரந்து விரிந்த அந்த ஏதேன் கானகத்தில் முதல் மனிதன் ஆதாமின் முதல் விதையே ஏன் கொலைத் தாண்டவமாடினான்? மனிதனுள்ளே ஒளிந்திருக்கும் மிருகத்தைத்தான் வேதம் அப்படி அடையாளப் படுத்துகிறதா? மிகவும் பரிதாபமான துவக்கம்தான். காயீன் கண்டெடுத்த கல்லும் தன் இடுப்பில் தொங்கும் கைத் துப்பாக்கியும், ஒரு ஜவானின் முதுகை உராயும் துப்பாக்கியும் ஒன்றாகத்தான் ஜெயந்துக்கு தோன்றியது. பலுகிப் பெருகிய மனிதன் பழக்க தோஷமாகவே யுத்தம் பயில்கின்றானா? ஆயுதங்களைக் கையாள்கின்றானா? யுத்தம் தவிர்க்கவே முடியாததா? குழு சேர்ந்த மனிதன் இனக் குழுவாய் உருமாறி, பண்பாட்டின் அடிப்படையில் ஒரு இனமாக வளர்ந்து, தேசிய இனம் என்கிற பரிணாமத்தில், இந்த வளர்ச்சி, இந்த ஜீவ மரணப் போராட்டம் யுத்தங்களின் வழியில் இரத்தக் குளியலில்தான் அரங்கேறியிருக்கிறது. எத்தனை விஞ்ஞானமானாலும், எவ்வளவு பெரிய கலாச்சாரமானாலும், உன்னதமான நாகரிக சின்னமானாலும் மனிதனின் இந்தப் பயணத்தில் யுத்தம் அவன் கரம் பிடித்து கூடவே பயணித்திருப்பதுதான் சோகம். தகவல் நெடுஞ்சாலையில் பயணிக்கிற இன்றைய உலகக் கிராமத்திற்கும் இன்னமும் யுத்தம் தேவையா என்ன? யுத்தமோ இல்லையோ இன்று ஒவ்வொரு தேசத்திற்கும் மீசையை முறுக்கிக் கொள்ளவேனும் இராணுவம் கட்டாயத் தேவையாகிறது; நிர்ப்பந்தமாகிறது.

எது எப்படியாயினும் வேலிக்கு அந்தப் பக்கம் நிற்கிற காரணத்தினாலேயே என்னைப் போலவேயான ஒரு சீருடை வீரன் எனக்கு எதிரியாகிறான். வேலியை அந்தப் பக்கம் தள்ளிக் கொண்டே போனால் மட்டும் அவன் எனக்கு நண்பனாகி விடுவானா? உறவாகி விடுவானா? வேலியையே எடுத்து விட்டால்? முழு உலகத்திற்கும் அது சாத்தியமாகுமா என்ன? சீருடை அணிந்துகொண்டு எல்லையில் நின்றுகொண்டு இவைகளெல்லாம் ஒரு வீரனுக்குத் தகாத விபரீத சிந்தனைகள். மாடானால் என்ன? மனிதனானால் என்ன? பன்றியென்றாலும் என்ன? எல்லை தாண்டும் எதையும் அழித்தொழிக்க வேண்டும். அதுதான் யுத்த தர்மம். அழிவிற்கும், வெறுப்பிற்கும், கொலைக்கும் ஒரு தர்ம நியாயம் இருக்க முடியாது என்பதாலேயே இந்த முள் வேலி, சீருடை, ஆயுதம் எல்லாவற்றையும் பளபளப்பாக

கம்பீரமாக உருவாக்கி யுத்தம் என்கிற வன்முறை தர்மம் இந்த வேஷங்களின் வழி நியாயப் படுத்தப் படுகிறது. இந்த சீருடை அணிவது, அந்த பளபளப்பில், எப்பொழுதாகிலும் வாய்க்கப் பெறுகிற சாகஸ வன்முறைகளிலும், தன் கீழ் பணி புரிகிற வீரனின் அங்கீகார சல்யூட்டிலும் ஒரு திருப்திதான்; பெருமைதான்; கம்பீரம்தான். ஆனாலும் நிதானமாய் யோசித்தால் ஒய்யாரக் கொண்டைதான்; உள்ளே ஈறும் பேனும்தான். வந்ததை ஏற்றுக் கொண்ட பதிநாலு வருட சீருடை பயணத்திற்குப் பின்பு, தர்க்க நியாயங்களில் அலை பாய்கிற ஜெயந்துடைய மன நிலவரமும்தான் அடுத்து வருகிற பணி விதிகளுக்குட்பட்ட வாய்ப்பில் சீருடையிலிருந்து விடை பெற்று விவசாயத்தை நோக்கிய தேர்வுக்கு அவனைத் தள்ளிக்கொண்டிருந்தது. எல்லாவற்றிற்கும் ஒரு வயதும் காலமும்தான் என்பதை வருஷங்களும் அனுபவமுமே கற்றுத் தருகின்றன.

எல்லையில் தன்னைப் போலவே தலைநகர் டெல்லியில் நடுக்கும் குளிரிலும் மழையிலும் விவசாயிகளின் போர்ப் பரணி; ஜெயந்துக்கு அது ஒரு மனம் பிராண்டும் விஷயமாகவே இருக்கிறது. விளைபொருட்களை விற்பனை செய்வதிலிருக்கிற கொஞ்ச நஞ்ச நம்பிக்கைகளையும் சிதைக்கும் விதமாக அரசின் தரப்பிலிருந்து பிறப்பிக்கப் பட்டிருக்கிற சட்டங்கள் தேசத்தின் விவசாயிகள் மத்தியில் எவரும் எதிர்பார்த்திராத கோபக் கனலை கிளப்பியுள்ளது. ஒன்றரை மாதங்கள் கடந்தும் எவ்விதத்திலும் தணிய மறுக்கும் போராட்ட வேகத்துடன் அவர்களின் முற்றுகை. நீறு பூத்த நெருப்பாக இருந்த விளை பொருட்களுக்கு நியாய விலை என்கிற விவசாயிகளின் ஜீவாதாரமான பிரச்னை இப்பொழுது பெருநெருப்பாய் வெடித்துக் கிளம்பியிருக்கிறது. அரசின் சமாதானங்களை ஏற்றுக் கொள்ளவோ, நம்பி ஏமாறவோ எவரும் தயாராயில்லை. அரசின் சாம, பேத, தான, தண்ட முயற்சிகளெல்லாம் நீர்த்துப் போய் இப்பொழுது கௌரவப் பிரச்னையாய் முட்டிக் கொண்டு நிற்கிறது. அரசிற்கு இது வெறும் கௌரவப் பிரச்னை மட்டும்தானா? சற்று நிதானமாய் யோசித்தால் ஜெயந்துக்கு மட்டுமல்ல, பாதிக்கப் பட்டிருக்கிற விவசாயிகளுக்கு மட்டுமல்ல, எவ்வித அழுத்தங்களுக்கும் ஆளாகாத பொதுவானவர்களுக்கும் கூட மூன்று சட்டங்களின் பின்னால் ஒளிந்து கொண்டிருக்கிற அரசின் கொள்கைப் பிரச்னை பளிச்சென்று தெரிகிறது. சட்டம் வரும் முன்னரே இராட்சஸ கிடங்குகளைக்

கட்டி வைத்துக் கொண்டு, அதற்கு ரோடும் ரயிலும் போட்டு வைத்துக்கொண்டு சந்தையை விரிவு படுத்தியிருக்கிறோம் என்று அரசு சொல்வது அவர்கள் யாருக்காக விரிவாக்குகிறார்கள், நடைமுறைகளை இலகுவாக்குகிறார்கள் என்பதைப் பட்டவர்த்தனமாக்கி விட்டது. கேழ்வரகில் நெய் வடிகிறது என்பதை ஏற்றுக் கொள்ள விவசாயிகள் தயராயில்லை.

தங்களை எவ்வளவு மலிவாக எடை போட்டிருந்தால் விற்பனை செய்வதில் ஒரு பெரு நிறுவனத்துடன் எழுகின்ற சிக்கல்களுக்கு, பிரச்னைகளுக்கு, தாவாக்களுக்கு நீதிமன்றம் செல்கிற உரிமையைக் கூட தடை செய்கிற ஷரத்துகளுடன் சட்டத்தை இயற்றத் துணிந்திருப்பார்கள் என்ற விவசாயியின் கோபத்தை இன்னும் ஏழு ஜென்மத்துக்குக் கூட , கூச்ச நாச்சமின்றி தங்கள் வர்க்க சார்பை பிரகடனப் படுத்தியிருக்கிற இந்த அரசால், தவிர்க்கவே முடியாது. எதிர்த்துப் போராடுவதைத் தவிர விவசாயிக்கு வேறு வழி கிடையாது. இருக்கிற கோவணமும் பறி போய் விடும் என்ற பயத்தில்தான் அவனும் தனக்கான யுத்த களத்தில் தலை நகரை முற்றுகையிட்டு நிற்கிறான்.

உண்மையில் இந்த யுத்தம் அவனுக்கு மட்டுமேயானதுதானா? அரசாங்கம் சந்தைப் பொறுப்பிலிருந்து லாகவமாக தன்னை விடுவித்துக் கொண்டால் வெகு ஜனங்களுக்கு தான்ய உணவுப் பொருட்களின் நியாய விலையை உத்தரவாதம் செய்யப் போவது யார்? எது? உற்பத்தி செய்தவனுக்கும் விலை இல்லை; பயனாளிகளான பொது ஜனத்திற்கும் உத்தரவாதமான நியாய விலை இல்லை என்று பல்லிளிக்கிற சட்டங்கள் யாருடைய லாபத்திற்கு என்ற நியாயமான கேள்வி எழுகிறபோது இந்த அரசின் சாயம் தேசத்தில் மட்டுமல்ல சர்வதேச அரங்கிலும் கூட வெளுத்துப் போய் விட்டது. இவ்வளவு அப்பட்டமான மோசடியை, வஞ்சகத்தை கூட எதிர்த்து நிற்கா விட்டால் தங்களுக்கு எந்த மரியாதையும் இருக்காது என்ற விவசாயிகளின் நிலையில் நியாயம் இருப்பதாகவே ஜெயந்துக்கு பட்டது. தானும் ஒரு விவசாயியின் வழித் தோன்றலாக, நாட்டின் விவசாயத்தின் எதிர்காலக் கனவுகளோடு அவன் சிந்தை முழுதும் போர்க் களமாகவே இருக்கின்றது. இந்தச் சிலுவையுடன் என்ன செய்ய முடியும்? போராட்டம் சரியான திசை வழியில் முன்னேறி வெற்றி பெற வேண்டும் என்ற விருப்பமே ஒரு பங்களிப்பாகவா? நேரடியான பங்களிப்பில்லாமல் இந்த தூர தரிசனம் மேலும்

மேலும் மன உளைச்சலாகத்தான். விவசாயிகளின் பிரச்னை மாத்திரம் என்றல்ல; சமூகத்தின் நியாயமான மற்ற வெகுஜன சிக்கல்களிலும் கூட ஒரு வீரனின் சீருடை அவனுடைய நெஞ்சின் மேல் முள்ளாய்த்தான் நெருடுகிறது. புயல், மழை,வெள்ளம் இன்னும் பேரிடர் என்கிற களங்களில் மக்களுக்கு நிவாரணப் பணிகளுக்குச் செல்கிற போதுதான் அந்த உறுத்தல் சற்று ஆறுகின்றது; அடங்குகின்றது. சீருடை அணிந்த புதிதில் அதன் பளபளப்பே கண்களைக் கட்டியிருந்தது. தேசம், எல்லை, பாதுகாப்பு, எதிரி என்கிற பிரதான இயக்கங்கள் தவிர மற்ற எவையும் தடை செய்யப் பட்டு, யுத்தம் என்கிற பகைப்புலனில் சேணம் பூட்டிய குதிரையின் பயணமாக இந்த பதிநான்கு வருஷங்களுக்குப் பின், அனிச்சைச் செயலான இந்த அனைத்து மனவெளியிலிருந்தும் தன்னை விடுவித்துக் கொள்ள ஜெயந்த் தயாராகிக் கொண்டிருந்தான்.

15

மாலையின் எரிக்கிற வெயில் வீட்டின் முற்றத்தையும் அந்த நீண்ட வெராந்தாவையும் தகித்துக் கொண்டிருந்தது. வெராந்தாவின் ஓரத்தில் கையில் தன் புத்தகத்துடன் அவருடைய தாத்தாவின் கம்பீர ஆடும் நாற்காலியில் சர்மா மிக மெதுவாக அசைந்தாடிக் கொண்டிருந்தார். பக்கத்திலிருந்த திண்ணையில் தன் அலைபேசியில் சிறிது அலசுவதும் அப்பாவுடன் பேசுவதுமாக மகேஷ். ப்ராஜெக்ட் விஷயமாக விவாதிப்பதற்காக வரவிருந்த தன்னுடைய இரண்டு சகாக்களுக்காக அவன் காத்திருந்தான். வராந்தாவை அடுத்த ஹாலில் வசந்த் தன்னுடைய பொம்மை இரயில் மற்றும் விளையாட்டுச் சாமான்களுடன் உறவாடிக் கொண்டிருந்தான். காப்பியை மாமானாரின் அருகில் டீப்பாயில் வைத்துவிட்டு மகேஷை கேள்விக் குறியுடன் சுமதி பார்க்கும் போது: "நண்பர்கள் வரட்டும் அண்ணி" என்றான். "ஒன்ட்ட எதுவும் சொன்னானாம்மா? பண்ணை, தோட்டமென்று சில விஷயங்களை பொதுவாகச் சொல்லியிருக்கானா?" என்று இழுத்து நிறுத்தினார்.

"ஹூம்.... ஒன்னு ரெண்டு தடவ சொன்னார்தான். நான் அவங்க விருப்பத்துக்கே அத விட்டுட்டேன் மாமா. இப்ப கொஞ்ச நாளா அது விஷயமாகத்தான் படிக்கிறதும், நோட்ஸ் எடுக்கிறதுன்னு ரொம்பவே பிஸியா இருக்கார். ஆபீஸ் வேலை அவருக்கு சுட்டுப் போட்டாலும் வராதுங்றார்" என்று நிதானமாய் சொன்னாள்.

அப்பாவுடன் அண்ணியின் உரையாடலை ஒரு மெல்லிய நகையுடன் மகேஷ் கவனித்துக் கொண்டிருந்தான். காப்பியை முடித்த சர்மா மகேஷிடம் லேசாகச் சிரித்தவாறே " நீ என்ன நெனக்கிற?" என்று கேட்டார். "போன தடவை வந்திருந்தப்ப அண்ணன்ட்ட பேசினேம்ப்பா. அண்ணன் ரொம்பவே ஸீரியஸா ப்ரொஸீட் பண்ற மாதிரித்தான் தெரியுது. நெறய விஷயங்கள் பேசினார்ப்பா. தொடர்ந்து ஒரு ரிஸர்ச்லதான் இருக்கிறார்" என்றான்.

“எவ்வளவு ப்ரச்னைகள்? நாடே பத்தி எரிஞ்சிக்கிட்ருக்கு. இப்ப போய்....” என்று மகேஷிடம் சொல்வது போலவும் தனக்குத் தானே யோசிப்பது போலவும் சர்மாவின் வார்த்தைகள் தெறித்தன. “ஏம்பா டெல்லிக் கலாட்டா வருஷம் பூராவா நடக்கப் போது? இது ஒரு டெம்பரரி இம்பாஸ். அதுக்கும் அண்ணனுடைய ஐடியாவையும் ஏன் போட்டுக் கொழப்புறீங்க?” தற்காலிகத் தடையா? அவ்வளவுதானா?.. அவர் நினைவறிய சுதந்திர இந்தியாவில் ஒட்டு மொத்த விவசாயிகளின் இந்த தீவிர நடவடிக்கை விவசாயத்தில் தொடர்பில்லாத ஒரு இந்திய இளைஞனிடம் இவ்வளவுதான் தாக்கத்தை ஏற்படுத்தியிருக்கா? எவ்வளவு பெரிய துரதிர்ஷ்டம்?

“அதென்ன அவ்ளவு ஈஸியாச் சொல்லிட்ட?” என்று கண்ணாடியைத் துடைத்தவாறே கேட்டார். மகேஷ் அலைபேசி அலசலை நிறுத்தினான். “அப்புறம் வேறென்ன? விவசாயிகளுக்கு இந்த மூணு சட்டங்களும் ஜீவாதாரக் கேள்விகளை எழுப்பலாம். ஆனா டெக்னொக்ராட்டான எனக்கு என்ன? அஃப்கோர்ஸ் அக்ரிகல்சர் ப்ரொடக்சன் எல்லாருக்குமாத்தான். ஆனா நான் என்ன செய்ய முடியும்? நான் ஏன் செய்யனும்? ஹோல் நாட்டோட விவசாயிகளே திரண்ட மாதிரித் தெரியலயே? அப்றம் நான் என்ன செய்யப் போறேன்?”.

மகேஷின் எதிர்வினை சர்மாவுக்கு அதிக ஆச்சர்யம் தரவில்லைதான். நாட்டின் பாதிக்கும் மேலான இளைய தலைமுறை, விவசாயிகள் பிரச்னை மாத்திரம் என்றில்லை; எல்லா சமூக அக்கறைக்குரிய களங்களிலும் இப்படியொரு விலகல் தரிசனத்தில்தான் நியாயப் படுத்திக் கொள்கிறார்கள். இது ஒரு துரதிர்ஷ்டமான மௌனம். இராமன் ஆண்டாலென்ன ? இராவணன் ஆண்டாலென்ன என்கிற விதிக்கப்பட்ட விரக்தியின் , ப்ரக்ஞை மறுப்பின் நவயுகப் பிரதிநிதிகளாய் இவர்கள். கிரிக்கெட்டும், திரை ஜிகினா மோகமும் விசிறி விடுகிற வேகம் அவர்களுடைய வேலை வாய்ப்பு, ஆரோக்யமற்ற மிருகத் தனமான போட்டிகள் ஆகிய சொந்தப் பிரச்னைகளில் கூட வருகிறதில்லை. தன்னைச் சுற்றிலும் பார்க்க மறுத்து, தன்னை மாத்திரம் பார்த்து தகவமைக்கச் சொல்லும் ஒரு மன வியாதியின் சிறைகளுக்குள் சிக்கியிருப்பது அவர்களுக்கே தெரியாத மயக்கத்தில் தொடர்கின்றன. தனக்கு அரசியல் இல்லை என்பதே தன்மீது திணிக்கப்பட்ட ஒரு

அரசியல் என்று புரியாத மயக்கத்தில் – திறந்த விழிகளுடன் அகன்ற கனவுகளில் அவர்கள் பயணம்.

அப்பாவின் நீண்ட மௌனத்தை அதிகம் அலட்டிக் கொள்ளாதவனாய் மறுபடியும் மகேஷ் அலைபேசியில் மும்முரமாயிருந்தான். சர்மாவின் நண்பர் வந்தார். அலைபேசியிலிருந்து முகம் நிமிர்த்தி “வாங்க மாமா” என்று மகேஷ் முகமன் செய்தான். “என்ன சிதம்பரம் ஆளையே காணோம்?” என்றார் சர்மா. “தலைவர வீட்டுக் காவல்ல வச்சதக் கண்டிச்சு மாவட்ட அளவுல ஆர்ப்பாட்டம்னு கூட்டிட்டு போய்ட்டாங்க. இவர் டெல்லி போனா என்ன? போகலன்னா என்ன? இன்னக்கு காலேலர்ந்து கையெழுத்து வாங்கறதுன்னு பொழுது போயிருச்சி. காவிரி ஆணையம் அமைக்கிறதுக்கு கையெழுத்து வாங்கறது, தாலுகா மட்ட ஆர்ப்பாட்டம் எல்லாத்தயும் அப்டியே விட்டுட்டாங்க. இப்ப டெல்லிதான் தீ பிடிச்சிக்கிட்டு. என்னவோ போங்க” என்று சொல்லி துண்டை முகத்தால் துடைத்துக் கொண்டு நாற்காலியில் அமர்ந்தார்.

“அதென்ன அப்டிச் சொல்லிட்ட-முக்யமான விஷயமில்லையா?”என்று சர்மா ஆரம்பிக்கவும் “யார் இல்லேன்னா?” என்று மறித்தார் சிதம்பரம். “ஏன் போன வருஷம் விவசாயிகள் டெல்லித் தெருவுல அவுத்துப் போட்டுட்டே ஓடுனாங்க. அரைகுறையா ட்ரெஸ் பண்ணிக்கிட்டு ஆடுற நடிகைய விசாரிக்கப் போனாரே ஒழிய நம்ம பிரதமர் கண்டுக்கிட்டாரா? ஆந்திரா, தெலுங்கானா,கர்னாடகா, ஒரிஸ்ஸாக் காரனுங்களுக்கெல்லாம் நெல்லு அந்தரத்லயா விளையுது? ஒரு நாதியக் காணோம். ஊரு ரெண்டு பட்டா கூத்தாடிக்கு கொண்டாட்டம்னு சுகமா உக்காந்துருக்காங்க. இவங்களுக்கு ஆப்படிக்கறது யாருன்னு தெரியல ?” என்று பெருமூச்செறிந்தார்.

“ஊர் கூடித்தான் தேர் இழுக்கணும்பா. கோபப் பட்டு குத்த வச்சுக்றதோ, அலுத்து சலித்து அடங்கிப் போயிற்றதோ ப்ரோயோஜனமில்லப்பா. நாம கோர்ட்டுக்கே போகக் கூடாதுன்னு ஒரு சட்டம் போட அவங்களுக்கு எங்கேர்ந்துப்பா தைரியம் வருது?” மகேஷைக் காண்பித்து இவன மாதிரி எலெக்க்ஷன் டைம்ல கொஞ்ச நாள் கத்திட்டு ஓஞ்சுருவாங்கந்ற அவங்க கணக்குதான் வெக்கமில்லாம இப்டியொரு சட்டம் போட வச்சிருக்கு. இப்டியே விட்ற முடியுமா என்ன?”.. சர்மா நிதானமானார்.

சைக்கிளில் வந்து இறங்கிய மகேஷின் நண்பர்கள் தந்த வணக்கத்தை ஏற்றுக் கொண்ட சர்மா ஒருவனிடம் “அப்பா நல்லா இருக்காரா? கேட்டேன்னு சொல்லு. வெள்ளிக் கிழமை மீட்டிங்க்கு கண்டிப்பா வரச் சொன்னேன்னு ஞாபஹமா சொல்லு” என்றார். “எஸ் அங்கிள்” என்று அவன் பதில் தர, மகேஷ் அவர்களுடன் மாடிக்குச் சென்றான்.

“ஏண்டா, அப்பா ரொம்ப சீரியஸா இருக்ற மாதிரி இருக்கு?” என்று சர்மா விசாரித்த நண்பன் மகேஷிடம் கேட்டான். “ எல்லாம் அவங்க விவசாயிகள் பிரச்னதான். அப்பா டெல்லி போக முடியலேங்கிற வருத்தத்துல இருக்கார். தமிழ் நாட்ல இன்னும் ஏதாவது உருப்படியாச் செய்யனும்னு பரபரக்கிறார். நாமெல்லம் எதுவும் பண்றதுமில்ல; அதப் பத்தி யோசிக்கிறதுமில்லேன்னு ஏகக் கோபம்.”

“மூர்த்தி சொன்னான்ம்ப்பா. ஆர்ட்ஸ் காலேஜ்லேர்ந்து வந்து சொல்லிட்டு போனாங்களாம். ஒரு நாளாவது ஸ்ட்ரைக்ல போகனும்ன்னு. நாடு தழுவியோ மாநில மட்டத்துலயோ எல்லோரும் பண்றப்போ நாமளும் பண்ணுவோம்னு நம்ம பசங்க சொல்லி அனுப்புனாங்களாம்” என்றான். இது வரையிலும் இந்த உரையாடலில் கலந்து கொள்ளாத அந்த மூன்றாமவன் “எப்பா இன்னும் ஒரு வாரம் கூட இல்ல; உருப்படியா எதுவுமே பண்ணல. லேப்டாப்ப எடு; நேரம் போது; ஸ்ட்ரெய்ட் டு பிஸினஸ்” என்று அவர்களை உசுப்பி திசை திருப்பினான்.

16

தனது தற்காலிக சிறிய கூடாரத்திலுருந்து ஜெயந்த் வெளியே வந்தான். அரவமற்ற அந்த பரந்த வெளியில் இரவின் நிசப்தம் மிகவும் இறுக்கமாயிருப்பது போன்றிருக்கும். அவ்வப்பொழுது கடந்து செல்லும் வாடைக் காற்று மாத்திரம் அந்த இறுக்கத்தைக் குறைப்பது போல இருக்கும். மேலே வெகு மங்கலாய் சோம்பித்திரியும் மேகங்களினூடாக நட்சத்திரங்கள் கூட மிகவும் யோசித்துச் சிணுங்குவது போல் தோன்றின. அந்த இருளுக்கும் குளிருக்கும், பனி விழுந்து ஈரமாயிருக்கும் பரந்த பூமிக்கும், இருளில் முளைத்து உயர்ந்திருக்கும் சிறிய பெரிய குன்றுகள், மலைத் தொடருக்கும், பரந்து விரிந்து பனிப் பொழிவில் மறைக்கப்பட்டிருக்கிற ஆகாய வெளிக்கும் பல சமயங்களில் ஒன்றுக்கொன்று வித்தியாசமே தோன்றுவதில்லை. திடும்மென்று பார்த்தால் அந்தரத்தில் நடை பயில்வது போன்ற பிரேமைதான் தோன்றும். இந்த இருளிலும் மௌனத்திலும் எது வரை யாருக்கு என்பதில் இன்னமும் இரண்டு பெரிய ஆசியக் கலாச்சாரங்களுக்குள் கருத்தொற்றுமை ஏற்படவில்லை. ஜெயந்தைப் போலவே இந்த இருளில் எதிரே சற்று தள்ளி ஒரு வான் பென் ஜிங்கோ, லீ இன் சோவோ காத்துக் கிடக்கிறான். இரண்டு இராணுவங்களும் கடந்த எழுபது வருஷங்களுக்கும் மேலாக மீசையை முறுக்கிக் கொண்டிருக்கின்றன. மற்ற இடங்களில் உள்ளது போல இந்த பிராந்தியத்திலும் இன்னும் வேறுசில இடங்களிலும்கூட நிலையான வேலி இல்லை. எல்லை எது என்பதே தாவாவில் தகித்துக் கொண்டே இருக்கிறது. உண்மையான எல்லைகள் மண்ணிலா உறுதியாகின்றன? முதலில் அவை மனித மனதில் பதிகின்றன. சக மனித உறவில், நட்பில், அடையாளம் கண்டு கொள்வதில், இனம் காண்பதில், கலாச்சார பண்பாட்டுக் கூறுகளில் – இவைகளையெல்லாம் உணர்கின்ற அறிவில், மனதில்தான் கோடுகள் பிரிகின்றன. அந்த மனதின் கோளாறுகளில்தான் மண்ணிலே கோடுகளாக எல்லையாக விரிகின்றன. ஜெயந்த் உற்றுப் பார்த்தான். இருளில் எந்த அசைவும் இல்லை.

மேலே மறுபடியும் நட்சத்திரங்களைப் பார்க்கிறபோது வசந்த் சிரிப்பது அல்லது கண் சிமிட்டுவது போல இருந்தது. அப்பாவின் ஆர்ப்பாட்டமான சீருடையும் அதில் பொருத்தப் பட்ட அலங்காரங்களும் வசந்துக்குப் பல கனவுகளை விரித்திருக்க வேண்டும். கார்ட்டூன் ராபின் போல் அப்பாவும் வீர தீரச் செயல்களிலேயே எப்பொழுதும் நிலைத்திருப்பதான கற்பனைகளிலேயே, ஜெயந்த் அருகில் இல்லாமலிருப்பதால் ஏற்படும் வெற்றிடத்தை வசந்த் நிரப்பிக் கொள்வதாக அவனுக்குத் தோன்றியது. அதுதான் குழந்தைமையின் எல்லையற்ற கற்பனையும் ஆதர்சமும். விடுமுறைகளில் வீடு திரும்புகின்ற பொழுது வசந்திடமிருந்து பீறிட்டுக் கிளம்பும் கேள்விகளை ஜெயந்தால் அப்படித்தான் புரிந்து கொள்ள முடிந்தது. அந்த கோட்டா – ஹரானா போல நேரா நின்னு குறி பாத்து சுடுவியாப்பா? என்ன பதில் சொல்வது? போர்க்களம் குறித்த சித்திரம் பற்றி பெரியவர்களுக்கும் கூட ஒவ்வொருவருக்கும் ஒரு விகசிப்போ, ஆர்வமோ, ஏன் கர்வமோ கூட இருக்கலாம்; நேரடியாக அதிலே அவர்கள் பங்கு கொள்ளாத வரையிலும். ஆனால் அது ஆறு வயது சிறுவனின் பார்வையில் விரிகிறபோது அதில் தெரிந்த நேர்மையும் உண்மையுமான வாஞ்சை ஜெயந்தை உலுக்கியிருக்கிறது.

“அப்பா! ஒரு தடவை கூட உங்க குறி தப்பினதே இல்லயா? உங்க துப்பாக்கி நீங்க எனக்கு வாங்கித் தந்ததை விட பெருசா? நேர வரிசையா எதுக்க நின்னு குறி வச்சு சுடும் போது யார் அடிபடலயோ அவங்கதானப்பா ஜெயிச்சவங்க?” என்ன பதில் சொல்வது? மனித குல வரலாற்றில் மிக மிக அரிதாக சில யுத்த களங்கள் வசந்தின் ஆசையின் படியும் அனுமானத்தின் படியும் நடந்ததாக வேதத்திலும் இதிகாசங்களிலும் சில காட்சிகள் உண்டே. அகில்லீஸும் ஹெக்டாரும், டேவிட்டும் கோலியாத்தும், நிராயுதபாணியாய் நின்ற இராவணனை மறு நாள் ஆயுதம் தரித்து வரச் சொன்ன இராமனும் இப்படி யுத்தத்தில் சில உன்னத தர்மங்கள் அந்த நாளிலேயே வெகு அரிதாகவே இருந்திருக்கின்றன. சட்டம் ஒழுங்கை வெறும் ஆயுத பலத்தின் தீர்மானத்திற்கு விட்ட ஆரம்ப கால அமெரிக்க ஆயுததாரிகளின் தனி நபர் வேட்டைகள் கூட இந்த வரிசையில் சேரலாம். ஆனால் பொதுவாகவும், குறிப்பாய் நவீன யுத்த களத்தின் அவலங்களையும், அருவறுப்பு களையும், குரூரங்களையும், காட்டுமிராண்டித்தனத்தையும் தன் செல்ல மகனின் பிஞ்சு மனதுக்கு புரிய வைப்பது எப்படி?

சாம்ராஜ்யக் கனவுகளின் பிரதானமான தேவையாக வாள்முனையும் தோள் வலிமையும் மாத்திரம் இருந்த காலங்களில் குருஷேத்ரம் போன்ற களங்கள் சாத்தியமாகியிருக்கலாம். உற்பத்தியும், சந்தையும், எரிபொருளும்,தண்ணீரும், அணுவும், கணனியும் தீர்மானிக்கும் காரணிகளாய் பரிணாமம் பெற்ற நாட்களில் நார்மண்டி, அல்ஜீரியா, வியட்னாம் என்று களங்களும் காட்சிகளும் மாறுகின்றன என்பதை வசந்த் புரிந்து கொள்கிற வயதா என்ன? கூடாரத்தின் உள்ளே ரேடியோவின் இரைச்சல் ஜெயந்தின் சிந்தையைக் கலைத்தது. உள்ளே எட்டிப் பார்த்த போது அவனுடைய ஜவான் “ஒன்றும் விஷேசமில்லை ஸாப்” என்றான். ஃப்ளாஸ்கிலிருந்த வென்னீரை தன் குவளையில் எடுத்துக் கொண்டு, சிறிய மடக்கு நாற்காலியை கூடாரத்தின் வெளியே போட்டு சாய்ந்தான். இருளில் சென்ட்ரி ஷிஃப்ட் முடிந்து மாறும் சிறிய சிறிய சல சலப்பு கேட்டது. மறு படியும் நிசப்தம்.

ஒரு விடுமுறையில் வசந்த் தொடர்பான ஒரு மாலைக் காட்சி மறுபடியும் ஜெயந்த் நினைவில் வந்தது. ஒரு மாலையில் அவர்கள் மூவரும் வயல்வெளியை ஒட்டிய சாலையில் காற்றாட நடந்து குளத்து மேட்டுக்கு வந்த போது ஒரு கிழவனும் வாலிபனும் மடையின் விளிம்புகளில் தங்கள் தூண்டில்களுடன் மீனுக்காய் காத்திருந்தனர். அவர்களைக் கடந்த போது வசந்த் நின்றுவிட்டான். குளம் நிரம்பி காற்றில் கரையில் அலைகள் சலங்கைச் சத்தத்துடனான அருமையான லயத்தில் மோதிக் கொண்டிருந்தன. மலையின் உச்சியில் மினுமினுக்கும் பிம்பமாக சூரியன் இறங்கி வானில் மேகங்களுனூடாய் தன் வர்ண ஜாலங்களை இறைத்துக் கொண்டிருந்தான். ஒரு இள மெல்லிய புள்ளிகளிட்ட நீலச் சுடிதாரில் துப்பட்டா தோள்களில் அலைபாய ஒரு அனாசயமான தோள்களில் இழைந்து தவழும் எளிதான கொண்டையில் சிறை பட்டிருந்த அவளுடைய கருங்கூந்தல் அலை பாய, ஒன்றிரண்டு நெற்றியிலும் நடனமாட சுமதி அடையும் சூரியனிலும், சலசலக்கும் குளத்தின் அலையிலும், காற்றிலும் கலந்து கரைந்திருந்தாள். தூரத்தில் உயரத்தில் ஒரே நிலையில் இருந்து பட படத்துக் கொண்டிருந்த அந்த மீன்கொத்தி பட்டென்று நீரினுள் விழுந்து தன் இரை கவ்விச் சடசடத்து உயரம் பறந்த போது, நீரினுள் தலை கீழாய் விழுந்திருந்த மலையின் பிம்பம் கலைந்தது. “வாவ்” என்று ரசித்தவள் திரும்பி மேலேறிப் பறந்து கொண்டிருந்த மீன் கொத்திப் பறவையை ஜெயந்துக்கு

காண்பித்தாள். ரசனையும் கூட ரசிப்பவனையும் காணும் காட்சியையும் பொறுத்துதான் மெருகேறுவதாய் ஜெயந்துக்கு தோன்றியது.

வசந்த் இன்னும் தூண்டிலில்தான் குறியாயிருந்தான். தூண்டிலில் காத்திருப்பவர்களை விடத் தீவிரமாகவும் ஆர்வமாகவும் காத்திருந்தான். இறுதியில் வாலிபனுக்குத்தான் யோகம் அடித்தது. தூண்டிலை ஒரு சுண்டு சுண்டி இழுத்து கரையின் பக்கமாகத் திருப்பிய போது நடுத்தர அளவில் துடிதுடித்து படபடத்துக் கொண்டிருந்த அந்த மீனைப் பார்த்தவுடன் வசந்த் "ஹேய் டாடி" என்று கைதட்டி குதித்து சிரித்து சிதறினான். மீனைக் கவனமாய் முள்ளிலிருந்து எடுத்த அந்த வாலிபன் இப்பொழுதுதான் சுமதியைக் கவனித்தவனாய் "அம்மா நல்லா இருக்கீங்களா? நான் கவனிக்கவே இல்லயே?" என்றவன் வசந்தின் அருகில் வந்து இன்னமும் துடித்துக் கொண்டிருக்கும் மீனைக் காண்பித்து "கொண்டு போறீங்களா" என்று கேட்டான். வசந்த் அப்படியே பின் தள்ளி துடிக்கும் மீனை விரிந்த கண்களுடன் பார்த்துக் கொண்டே ஜெயந்தின் கை பிடித்துக் கொண்டான்.

மீன் பிடிப்பவர்களை விட்டு நகர்ந்து அவர்கள் குளத்தின் மேட்டிலேயே சற்று தூரம் நடந்தார்கள். கரையில் சைக்கிளில் போகும் போதே சிரித்து வணக்கம் சொல்லியவர்கள், குளத்தின் ஒரு முனையில், பரந்த மைதானத்தில் இருக்கும் ஊரின் ஒரேயொரு திரை அரங்கிற்கு மாலைக் காட்சிக்கு விரைகிறவர்கள் போகிற போக்கிலேயே "நல்லா இருக்கீங்களா, ஐயா நல்லா இருக்காங்களா?" என்ற முகமன்களோடு அவர்களின் நடை தொடர்ந்தது. கிராமத்து ஒப்புறவின் ஸ்பரிசங்கள்தான் எத்தனை அழகானவை. வசந்த் ஜெயந்தின் கையை விடாமலேயே மறு படியும் திரும்பி மீன் பிடிப்பவர்களை ஒரு முறை பார்த்து விட்டு "அந்த மீன் ஏம்பா அப்டி துடிச்சுது?" என்று தீர்க்கமாய் கேட்டான். "அதோட இடம் தண்ணீலேந்து வெளிய வந்து மாட்டிகிடுச்சு. அதுக்கு உயிர் தண்ணிதான்; அதுனாலதான்." முன்னால் போய்க் கொண்டிருந்த சுமதி நின்று திரும்பி "திரும்பலாமா?" என்று கேட்க, ஜெயந்த் "யெஸ்" என்று சொல்லி வீடு நோக்கி திரும்பினார்கள். சூரியன் முற்றிலுமாய் மலைக்குள் மறைந்து விட்டான். குளத்தின் நீளம் தாண்டியும் தொடர்ந்து பயணிக்கும் மலைத் தொடர் குளத்து நீரினுள் கம்பீரமாய் படம் பிடித்து வியாபித்திருந்தது.

“அந்த மீன் இப்பச் செத்துருக்குமாப்பா?” என்று கேட்ட வசந்த் “ஏம்பா பேட்டில்ல நீங்க எத்ன பேரப்பா கொன்றுக்கீங்க?” என்று வெகு இயல்பாய் ஜெயந்தை நோக்கி ஒரு குண்டை வீசினான். ஜெயந்த் அதிர்ந்து விட்டான். தன் மௌனத்தின் ரசனையில் மூழ்கியிருந்த சுமதிக்கு பாதிதான் காதில் விழுந்தது. ஆனால் மகன் அப்பாவைக் கேள்வியால் வீழ்த்திவிட்டான் என்பதை ஜெயந்தின் தடுமாற்றத்திலிருந்து புரிந்து கொண்டவள் மகனைத் தூக்கிக் கொண்டாள். அவன் தலை கோதி கன்னத்தில் முத்தமிட்டு “மனுஷங்களும் மீன் மாதிரியா என்ன? அப்டில்லாம் ஈஸியால்லாம் யாரையும் அடிக்க முடியாது செல்லம்” என்று சொல்லி அவன் கவனத்தை திசை திருப்பினாள்.

இரவில் சாப்பிட்டுவிட்டு உறங்க ஆரம்பித்திருந்த வசந்தை இவன் பொறுப்பில் விட்டுவிட்டு மிச்ச வேலைகளை முடிக்க அடுக்களைக்குள் சுமதி மறைந்து விட்டாள். மலராய், மேகமாய், மோகனமாய் இதழ் விரிந்த மெல்லிய நகையுடன் ஆனந்த உறக்கத்திலிருக்கும் மகனைப் பார்த்தான் ஜெயந்த். மல்லாந்து படுத்து கைய்யிலிருந்த புத்தகத்தை மார்பின் மேல் வைத்து மேலே நிதானமான வேகத்தில் சுழலும் மின்விசிறியுடன் வட்டமிடும் நினைவுகளுடன். சீருடை அணிந்த இந்த பதிமூன்று வருடங்களில் ஜெயந்த் சந்தித்திருந்த யுத்தம் ஒன்று. பங்கேற்றிருந்த போர்க் களங்கள் மூன்று. மகன் உட்பட யாரும் தன்னிடம் இப்படியொரு கேள்வியை கேட்பார்கள் என்று நினைத்திருந்ததில்லை. எனவே அப்படியொரு அவன் முடித்த யுத்த கணக்குகளின் எண்ணிக்கையும் அவனிடத்தில் இல்லை. காப்பதும் அழிப்பதும் தொழிலான பின், காப்பதற்காய் அழிப்பதும், அழித்து காப்பாற்றுவதுமாய் அதுதான் இயல்பாக, அதுதான் நியாயமாக, அதுவே தர்மமாக. ஆம் களத்தில் எதிரியை சம்ஹரிப்பதுதான் யுத்த தர்மம். தன் இரத்தம் உறையாமல் இருப்பதற்காக எதிரியின் இரத்தத்தை சிந்தச் செய்வதில் எந்தத் தவறும் இல்லை. அந்த மற்றொரு உயிரின் அழித்தொழிப்பு ஒரு குற்றமேயில்லை.

வேலை முடிந்து தலை முடியை அவிழ்த்து லேசாக இரண்டு முறை வாரி கையால் அப்படியே ஒரேயொரு கண்ணியாய் முடிந்த எளிய கொண்டையுடன் படுக்கையில் அமர்ந்த சுமதி “ஓ சியர் இட் அப். குழந்தை அவன் ஏதோ அர்த்தத்தில் தெரியாமல் கேட்டதுக்கா? இவ்வளவு யோசனை?” என்று அவன் கன்னத்தைக் கிள்ளி தலை முடியை சிலுப்பி கலைத்து கோதி விட்டாள். அவன்

மார்பிலிருந்த ஹெமிங்க்வேயின் "ஃபேர்வெல் டு ஆர்ம்ஸ்" (ஆயுதங்களின் விடுவிப்பு) புத்தகத்தை எடுத்து கட்டிலுக்கு அருகிலிருந்த டீப்பாயில் வைத்து விட்டு அவனுடன் நன்றாகக் கால்களை நீட்டி மல்லாந்து படுத்து கைகளைப் பின் தள்ளி சோம்பல் முறித்தவள் அவன் பக்கமாக திரும்பி ஒரு கையை அவன் மார்பில் போட்டாள்.

"உண்மைதான். கள்ளமற்ற தேடலில்தான் சில முடிச்சுகளும் அவிழ்ந்து, சிலாகிக்கப் படுகின்ற கௌரவ வேஷங்கள் கலைகின்றன. குழந்தமையின் அசூயை அற்ற புரிதல்தான் அதன் பொக்கிஷம். பொது வாழ்க்கையில் எந்தச் சமூகத்திலும் ஒருவன் மற்றவனைக் கொன்றால் அது கொலை; அது ஒரு கிரிமினல் குற்றம். ஆனால் அதையே சீருடை அணிந்த இராணுவத்தானாய் போர்க்களத்தில் செய்தால் அது வீரம். அங்கே அந்தக் கொலை தேச பக்தி, தியாகம் என்கிற அலங்காரப் பூஜனைகளால் புனிதமாகி விடுவது எவ்வளவு பெரிய குரூரம். நேரு சரியாகச் சொன்னபடி யுத்தங்களின் பின்னால் ஒளித்திருக்க கூடிய குரூரத்தையும், அவலத்தையும், வன்முறையையும், மனிதம் மறுக்கும் மிருகத் தனத்தையும் மூடி மறைக்கத்தான், மறக்கவும், மரத்துப் போகச் செய்வதற்கும்தான், முக்காடிடுவதற்குத்தான் இத்தனை படோபடமான சீருடை, அதன் அலங்காரங்கள், ஆர்ப்பாட்டங்கள் அணிவகுப்புகள் எல்லாம். உன் மகன் கேட்டதற்கு என்னிடம் பதிலும் கிடையாது. ஏன் எந்த இராணுவ வீரனிடத்திலும் இருக்காது. ஒரு வேளை கொரில்லா வீரர்களிடம் இந்த விடை இருக்கலாம். ஆர்ப்பாட்டமும் கூச்சலும், கோபமுமாய் ஒருவரையொருவர் பொருதுகின்ற போர்க்களத்தில் எவன் குண்டு பட்டு எவன் இறந்தான் என்பது ஆண்டவனுக்கே வெளிச்சம்" என்று சொல்லி நீண்ட பெருமூச்செறிந்தான் ஜெயந்த்.

"ஓகே, ஓகே – ரிலாக்ஸ்" என்று ஒரு குழந்தையை உறங்க வைக்க தட்டிக் கொடுப்பதை போல அவனைத் தேற்றினாள். அந்த இருக்கத்திலிருந்து சட்டென்று இளகியவன் சிரித்துக்கொண்டே "முந்தாநாளோ என்னவோ இன்னும் ஒரு சூப்பர் கேள்வி கேட்டான். "பார்டர் ஏன்ப்பா எப்பவும் பிரச்னயாவே இருக்கு?" "சக மனிதனை அறிந்து இனம் காணும் புரிதலில் ஏற்படும் பிரச்னைகளால்தான் எல்லையே உருவாகின்றது என்பதை நான் அவனுக்கு எப்படி புரிய வைக்க முடியும்?" சுமதி சிரித்துக்

கொண்டே "ஏன் உங்க அதிகாரிகள் சகாக்களிலேயே இந்த அபத்தத்தை எத்தனைபேர் புரிந்திருப்பார்கள்?" என்று கேட்டாள்.

"எப்படியும் என்னை ஆழமாய்க் கிண்டிவிட்ட என் மகனுக்கு நான் நன்றிதான் சொல்ல வேண்டும். நான் சீருடையைக் கழற்ற வேண்டிய நேரம் நெருங்கி விட்டது என்றே எண்ணுகிறேன்" என்பதை அவளிடம் "எனிஹவ் ஐ சுட் தேங் மை சன் ஃபார் ஹேவிங்க் கிண்டில்ட் மீ ஸோ டீப்லி. இட் ஸ் ஹை டைம் ஐ குவிட்" ஆங்கிலத்தில் சொல்லி "நீ என்ன நினைக்கிறாய்?" என்று அவளிடம் கேட்டான். கைநீட்டி டீப்பாயிலிருந்து அவன் படித்துக் கொண்டிருந்த புத்தகத்தை அவனிடம் காட்டி "பெட்டர்" என்று ஆமோதித்தாள். அந்தப்பக்கம் சிணுங்கிய வசந்தை ஜெயந்தைத் தாண்டி அவன் மேல் சரிந்து தட்டிக் கொடுத்து தூங்க வைத்தாள்.

நினைவில் பாதி கனவாய் அவர்களுடன் தூங்கியிருந்தவனை "ஸாப் டீ" என்ற அவனுடைய ஜவானின் உசுப்பல் கலைத்தது. "தேங்க் யூ" என்று வாங்கியவன் கைகளில் சூடு பறக்கும் டீயின் ஆவியில் மறுபடியும் வசந்தின் பளீர் சிரிப்பும், சுமதியின் வசீகரக் காதல் நகைமுகமும் அலைபாய்ந்து மறைந்தன.

17

ஜெயந்த் பொறுப்பேற்றிருக்கும் அந்த எல்லைப் பகுதி சமீப காலமாகக் கேந்திரமான ஸ்தலமாக இரண்டு தரப்பாலும் பிரச்சினைக்குரியதாக்கப் பட்டிருக்கிறது. ஆக படபடப்புகளுக்கும், இருபத்துநான்கு மணி நேர விழிப்பான கண்காணிப்புக்கும், தயார் நிலைக்கும் பஞ்சமே இருக்கவில்லை. சரியான கட்டுப்பாட்டு கோடு என்பதே இன்னமும் இரு தரப்பாலும் ஏற்றுக்கொள்ளப் படாத நிலையில் கட்டவிழ்க்கப் பட்ட பரபரப்பும் முஸ்தீபும்தான் இரு பக்கமும் நிலவிக் கொண்டிருந்தது. இமயத்தின் பனி படர்ந்த பரந்த வெளியின் அந்தப் பிரதேசம் ஒரு சிறிய குருஷேத்ரத்துக்கான தயாரிப்பாகவே கடந்த இரண்டு மாதங்களுக்கும் மேலாக பரபரத்துக் கொண்டிருந்தது. இரண்டு நாட்கள் முன்னதாக பிராந்தியக் கட்டுப்பாட்டு மையத்திலிருந்து அனுப்பப் பட்ட சுருக்கமான தகவலும் "ஹை அலெர்ட்" தீவிர விழிப்பு என்பதாகவும் எந்த நேரத்திலும் எதிர்த் தரப்பிலிருந்து ஒரு நாற்பத்தெட்டு மணி நேரத் தாக்குதலை எதிர்பார்க்கலாம் என்றுதான் வந்திருந்தது. முந்திய நாள் மதியத்திற்கு மேல் கர்னலே வந்து இவர்களுடைய ஆயத்த நிலவரத்தை பார்வையிட்டு விட்டு தலையசைத்துவிட்டுச் சென்றிருந்தார். ஜெயந்த் தன் வீரர்களிடம் கறாராக நிலவரங்களைப் பகிர்ந்து கொண்டு உற்சாகப் படுத்திக் கொண்டிருந்தான்.

இம்முறை இந்தப் பிரதேசத்தில் ஒரு சிறிய கைகலப்பு துவங்கினாலும் இரண்டு பக்கமும் சேதம் கடுமையாக இருக்கும் என்பதை ஜெயந்த் உணர்ந்திருந்தான். இந்தக் களம் இரண்டு தரப்பினருக்குமே வெற்றி தோல்வி என்பதைக் காட்டிலும் பலப் பரீட்சையை நிரூபிக்கும் சோதனைக் களமாக இருப்பதுதான் பரபரப்பு கனன்று கொண்டே இருப்பதற்கான காரணம். பிரச்சினைக்குரிய இந்த இடத்திலிருந்து இரண்டே கிலோ மீட்டர் தள்ளி எதிர்த் தரப்பு தன் நிரந்தரமான இராணுவ மற்றும் குடிமைக் கட்டமைப்புகளை மிக நவீன வசதிகளுடன் நிலைநிறுத்திக் கொண்டிருப்பதுதான் மிகப் பெரிய உறுத்தல். ஜெயந்துக்கு

அவனது இராணுவ அனுபவத்தில் அவன் எதிர் கொள்ள இருக்கும் நாலாவது களம். மனதளவில் அவன் தயாராகிவிட்டான். இந்த முறை விடுமுறை முடிந்து வீட்டிலிருந்து கிளம்பும் போதே அவனுக்கு மனதில் பட்டதுதான். எப்படியும் எல்லைப் பகுதிக்குத்தான் அனுப்பப்படுவான் என்றுதான் எதிர் பார்த்திருந்தான். இடையில் வந்த பயிற்சி அதைக் கொஞ்சம் தள்ளிப் போட்டது. மிகப் பெரிய உத்திகளெல்லாம் தயார் செய்து முடித்திருக்க வேண்டிய யுத்த களங்கள் அல்ல இவை. ஆயுதங்களும் ஆயுதபாணியின் மிருகத்தனமான ஆவேசத் தாக்குதல்களும்தான் வெற்றியை நிர்ணயிக்கும் காரணிகள். ஆகையால் வேகமும் துல்லியமும் கண்டிப்பான தேவைகள் என தன் படையணிகளை உற்சாகப் படுத்தியிருந்தான் ஜெயந்த்.

எக்காரணத்தை முன்னிட்டும் முதல் உரசலோ ,சோதனை முயற்சியாகவோ அவர்கள் தரப்பிலிருந்து எழும்பவே கூடாது எனத் தலைமையகத்தின் கண்டிப்பான கட்டளை வேறு. இதே போல எதிர்த் தரப்பினருக்கும் இதே கட்டளை இருந்தால், கையில் சிறிய கத்தியுடன் வார்த்தைப் பிரயோகங்களில் தங்கள் ஜபர்தஸ்தை நிலைநிறுத்த முயற்சிக்கும் தெருவோரத்து ஜாம்பவான்கள் போன்றதா இந்த களம்? ஜெயந்த் அவனையுமறியாமல் சிரித்துக் கொண்டான். ஆனால் இராணுவ உளவு அறிக்கைகள் அப்படிச் சொல்லாததால் குறைந்தது ஒரு மூன்று நாள் கைகலப்புக்குத் தயராக வேண்டுமென்று இவனுக்கு அறிவுறுத்தப் பட்டிருந்தது. ஒரு நீடிய ஸ்திரமான நிலையையும் ஸ்தானத்தையும் உத்தரவாதமாக்குவதற்குரிய ஒரு கால வரையறைகளுக்குட்பட்ட பலப் பரீட்சைக்கு எதிரணியினர் தயாராவதாய் தகவல்கள் உறுதி செய்தன. இரு தரப்பும் மேஜைகளிலே எதிரெதிரே அமர்ந்து வார்த்தை பரிமாற்றங்களைத் துவங்குவதற்கு முன் ஆயுத உரசலால் தங்கள் தரப்பின் பலத்தைக் காண்பிக்க வேண்டிய நிர்ப்பந்தம். அவர்களுடைய பிரசித்தி பெற்ற தலைவரே பிரகடனம் செய்தது போல இந்த யுத்தம் இரத்தம் சிந்தும் அரசியல்தான். உலகம் போற்றும் இதிகாசங்களைத் தந்ததும் கன்ஃபூஸியஸ் போன்ற மிகப் பெரிய ஞானிகளால் கட்டியெழுப்பப் பட்டதுமான பழமை வாய்ந்த உன்னதமான இரண்டு பெரிய கலாச்சாரங்களுக்கும் கடந்த எழுபது வருஷங்களுக்கும் மேலாக இந்த பனி சொரியும் பொட்டல் காட்டில் திருப்தியுடன் ஒரு கோடு கிழிக்க முடியாமல் போனதுதான் மிகப் பெரிய சோகம். ஜெயந்துக்கு எப்பொழுதும்

இது ஒரு விசித்திரமான புதிராகவும் முரணாகவுமே தெரிந்தது. அந்த இரவின் அமைதியில் தன் ஓவர்கோட்டின் பெரிய பைகளுக்குள் கைகளை நுழைத்தபடி அமைதியாக நிதானமாக இவனுடைய கூடாரத்திலிருந்து அரை கிலோ மீட்டருக்கும் குறைவான தூரத்தில், உயர்ந்த மேட்டில் இரண்டு பெரிய பாறைகளுக்கு இடையில் மறைவாயிருந்த அவர்களுடைய கண்காணிப்பு இடத்தை நோக்கி நடந்தான். ஒரு மூன்று வருட இடைவெளிக்குப் பின் இந்த முறை இரத்த தரிசனமும் வெடி மருந்தின் நாற்றமும் நிச்சயம் என்பது போலத்தான் அவன் மனதில் பட்டது. அந்த மேட்டில் ஏறி இவன் பாறையை நெருங்கவும் ஜவான் விறைப்பான சல்யூட்டுடன் இவனை எதிர் கொண்டான். "எனிதிங்க்?" என்று கேட்டவாறே தொலைநோக்கியை வைத்து எதிர் முனையை துழாவினான். இருள்தான் அருகில் வந்தது போலிருந்ததேயொழிய வேறு அசைவுகள் எதுவும் இல்லை. தொலைநோக்கியை வைத்துவிட்டு இருள்தாண்டும் தன் தீட்சண்யத்துடன் சிறிது நேரம் நின்று கொண்டிருந்தான்.

மறுநாள் காலை கொஞ்சம் கிடைத்த வெந்நீரில் முகம் வழித்து கழுவி முழு சீருடையுடன் தன் கூடாரத்து வாசலுக்கு வந்தவனை விறைப்பான சல்யூட்டுகள் வரவேற்றன. பனி சற்று குறைந்து மேகங்கள் தம் சாம்பல் ஆடை களைந்து சற்றே வெளுத்தது போல. தலைக்கு மேல் ஏதோ அசைவு உணர்ந்து நிமிர்ந்த போது சிவந்த கூரிய அலகுடன் வெள்ளையும் நீலமும் தெளித்தாற்போன்ற பெரிய சிறகுகளுடன் இமயத்தின் அந்த பறவை தன்னந்தனியாக நிதானமான வேகத்தில் சிறகுகள் அசைத்து மேகங்களினூடாகத் தன் காலைப் பயணத்தை துவங்கியிருந்தது. ஏன் இப்படி ஒற்றையாய் ஒரே ஒரு இணை கூட இல்லாமல் நிதானமான தீவிரத்துடன், ஜெயந்துக்கு யுத்தகளத்துக்கும் அதன் முஸ்தீபுகளுக்கும் தொடர்பே இல்லாத அரிதான அந்த விடுதலையின் பறவையைப் பார்த்த போது மனது சிலிர்த்தது. மறுபடியும் மேகங்கள் விலகிய போது அதே வேகத்தில் தூரத்தில், வெகு தூரத்தில் தன் இலக்கு நோக்கி தீவிரித்துக் கொண்டிருந்தது. நிலம் பதியாத இந்த வானவெளியின் பயணங்களை வகுப்பவன் யார் ? அல்லது வகுப்பது எது?

பறவை இன்னும் புள்ளியாக தூரத்திலிருந்த போது பூம் என்று அவர்களுக்கு பழகிய மார்ட்டர்களின் சத்தம் துவங்கவும் முகாம் பரபரப்பானது. விசில் சத்தங்கள் பறந்தன. பெரிய சத்தத்துடன்

இவன் கூடாரத்தின் அருகில் மண்ணையும் பனியையும் வீசியெறிந்து அந்த வெடிகுண்டு விழுந்தது. மேல் தெறித்த மண்ணை உதறிவிட்டு, தன்னிடமிருந்து சமிக்ஞை வரும் வரை தன் கூடாரத்தை பெயர்த்து மாற்ற வேண்டாம் என்று அந்த ஜவானுக்கு உத்தரவிட்டு விட்டு, இவர்களுக்கு முன்னால் இரண்டு எறிகணைகளும் விழுந்து அமர்ந்த பின், கீழே தரையோடு தரையாக தயாராயிருந்தவர்கள் ஹோ என்ற இரைச்சலுடன் முன்னேறினார்கள். இருபது நாட்களாக அவர்கள் காத்திருந்த களம் திறந்து விட்டது. தன் கையால் – “ஆப்பொனென்ட் அஸால்ட் ஸ்டார்டெட், வீ ப்ரொசீட்” (எதிர்த் தரப்பு தாக்குதல் தொடங்கி விட்டது – நாங்கள் முன்னேறுகிறோம்)என்ற செய்தியை அனுப்பச் சொல்லிவிட்டு குனிந்து டேங்குகளை நோக்கி ஓடினான். திட்டமிட்டிருந்த படி டேங்குகள் நகர ஆரம்பித்தன. டேங்குகளை கவசமாக்கிக் கொண்டு பின்னாலும் பக்கவாட்டிலுமாக முன்னேறினார்கள். முன்னூறு மீட்டர் தூரத்திலிருக்கும், மழை நீர் ஓடி அந்த பரந்த வெளியில் ஒரு சிறிய நீண்ட இயற்கையான ஓடையாய் இரண்டு அடி பள்ளமாகியிருந்த அந்த நிலத்தைப் பிடிக்க வேண்டும். அதுதான் அவர்களின் இலக்கு. ஒரு கிலோ மீட்டர் தூரத்திற்கு ஊடறுக்கும் அந்த ஓடையை பிடித்து விட்டால், அதை இன்னும் ஆழமாகத் தோண்டி பதுங்குகுழியாக மாற்றி அரண் அமைத்து ஸ்திரமாக்கி விட்டால் எதிரிகளின் கேந்திரம் ஜெயந்தினுடைய கம்பெனிக்கு இலகுவான இலக்காக மாறிவிடும். களம் நிச்சயம் கடினமானதாகவே இருக்கும் என்பதை ஜெயந்தும் அவனுடைய சகாக்களும் எதிர் பார்த்துதான் இருந்தார்கள். உக்கிரமான மோதல் வெடித்தது. பனி, மேகம், வெடி குண்டுகளின் புகை என்று பகை தீவிரித்த போர்க்களத்தில் ஜெயந்தும் சகாக்களும் அங்குலம் அங்குலமாக முன்னேறிக் கொண்டிருந்தார்கள். தாக்குதல் துவங்கியவுடனேயே ஜெயந்தும் அவனுடைய அணியினரும் களத்தில் இறங்கி முன்னேறுவார்கள் என்பதில் சற்று குறைவான அனுமானங்கள் எதிர்த் தரப்பில் இருந்ததால், தொடர்ந்து தீவிரத் தாக்குதலைத் துவக்க அவர்கள் தாமதித்த அந்த ஏழெட்டு நிமிஷங்களில் ஜெயந்தும் அவன் சகாக்களும் தங்கள் இலக்கான மழை நீர் ஓடையை நோக்கி பாதிக்கு சற்றுக் குறைவான தூரத்தில் முன்னேறி விட்டார்கள். எதிரிகளின் தாக்குதல் ஒரு அரண் போலக் குண்டு மழை பொழிந்து கொண்டிருந்தது.

லேன்ஸ் நாயக் துக்காராம் “ஹேய் ஸாலா” என்ற கோப வெறியுடன் தன் பற்களைக் கடித்துக் கொண்டு தன் ஏகே 47 ஐ

படபடக்க வைத்துக் கொண்டு ஊர்ந்து முன்னேறிக் கொண்டிருந்தான். அடுத்த மூன்றாவது நிமிஷத்தில் துக்காராம் தோள்பட்டையிலிருந்து வழியும் இரத்தத்துடன் அவன் ஏகே 47 இன்னும் ஒரு நிமிஷம் படபடத்து விட்டு அடங்கி விட்டது. துக்காராமின் ஹெல்மெட் கவிந்து அவன் முகம் மறைக்க அவனிடமிருந்து அசைவில்லை. ஒரு மரணம் ஜெயந்தின் மிக அருகே வெகு சாவதானமாய் கடந்து சென்றிருந்தது. ஜெயந்த் திரும்பி "மெடிக், மெடிக்" என்று குரல் உயர்த்தி விட்டு முன்னேறினான். ஜெயந்தின் இடது பக்கம் இவனுக்கு சற்று முன்னால் முன்னேறிக் கொண்டிருந்த டேங்கின் மேல் விழுந்த எறிகணை வெடித்துச் சிதறியதில் அடுத்த நிமிஷத்தில் ஆக்ரோசமான தீப் பிழம்புகள் சூழ, அது முடமானது. உள்ளிருந்த வீரர்களில் இருவர் குதித்து வெளியேறினர்; முதுகில் பற்றியெறியும் தீயுடன் அலறிய மூன்றாமவனை மண்ணில் புரட்டி அவர்கள் "மெடிக்" என்று அலறிக் கொண்டிருந்தனர். குண்டுகளின் புகை நாசியை அரிக்க, ஜெயந்த் முன்னேறினான். இந்தக் களத்தில், அவன் எதிர் பார்த்ததை விட இழப்புகள் இன்னும் அதிகமாகும் என்பதை ஜெயந்த் உணர்ந்தான். வேறு வழியில்லை.

இரு தேசத்து பிரதானிகளும் மேஜையில் அமர்ந்து அலங்கார ராஜாங்க வார்த்தைகளில் சமாதானம் பேசுவதற்கு இரு தேசத்து வீரர்களும் களத்தில் கனன்று பொருதுவது முதல் தேவையாகின்றது. சாதகமான சமாதானத்தை தீர்மானிப்பது யுத்தத்தின் சவுகர்யமான வெற்றி என்பதுதான் துயரம் மிகுந்த உண்மை. யுத்தத்தை நடத்துவதுதான் இராணுவமே ஒழிய அதைத் தீர்மானிப்பது தேசங்களுக்கிடையேயான அரசியலே தவிர அவர்களில்லை. "யுத்தம்தான் சமாதானம்" என்ற ஜார்ஜ் ஆர்வெல்லின் வரிகள் ஜெயந்தின் நினைவில் வந்தன. இது முழு மனிதகுல வரலாற்றின் சோகம். காலடியில் காத்திருந்த அர்ஜுனனுடன் அணி சேர்ந்த கிருஷ்ணரின் இதிகாச அரசியல்தான் எத்தனை நுட்பமானது? ஆனாலும் இந்த நிமிஷத்தில் ஜெயந்த் காலூன்றியிருக்கும் இந்தக் களம் வருஷ வருஷங்களாய் புகையும் பகையின் யுத்தத்தில் ஒன்று. இந்தப் பதட்டத்தை இப்படியே தொடர்ந்துகொண்டிருப்பது இரண்டு தேசங்களுக்கும் அனுகூலமான அரசியல் என்கிற சாதகத்தில். நான்கு மணி நேர போராட்டத்திற்குப் பிறகு, ஜெயந்தின் இருபத்தைந்து ஜவான்கள், நாலு டேங்குகள், மூன்று மார்ட்டர்கள், இரண்டு கன ரக இயந்திரத் துப்பாக்கிகள் இழப்போடு முப்பதிற்கும் மேலாகக் காயமுற்று முடக்கப்

பட்டவர்கள் பட்டியலுடன் அவனுடைய முன்னணிப் படையின் இருபது இருபத்தைந்து ஜவான்கள் அவர்களின் இலக்கான ஓடையின் பள்ளம் தந்த கவசத்துடன் இரண்டு மார்ட்டர்களோடும், ஒரு கன இரக இயந்திரத் துப்பாக்கியோடும், இரு பக்கமும் இரண்டு டாங்குகளுடனும் ஜீவ மரணப் போராட்டத்தில் வெடித்துக் கொண்டிருந்தனர். அடுத்த அரை மணி நேரத்தில் தன் முழு அணியோடு அந்த ஓடையில் நங்கூரமிடும் உத்வேகத்துடன் ஜெயந்த் முன்னேறினான்.

ஒரு வழியாக மாலை நாலு மணியளவில் சுமார் நாற்பது சதமான இழப்புகளுடன் ஜெயந்தின் அணி தங்கள் இலக்கில் நங்கூரமிட்டுவிட்டது. கொடுக்கப் பட்ட இலக்கை இறுகப் பற்றிக் கொண்ட செய்தியை ஜெயந்த் அனுப்பிய இரண்டு மணி நேரத்திற்குள்ளாக இன்னும் டாங்குகளும், ட்ரக்குகளும் தற்காலிக மருத்துவ கூடாரங்களும் இன்னுமொரு கம்பெனியும் வந்து அந்த இடத்தை ஆக்ரமித்துக் கொண்டனர். மொத்தமாக இரண்டு கிலோ மீட்டர் நீளத்துக்கு அந்த ஓடையை நீண்ட பலப் படுத்தப் பட்ட பதுங்கு குழிகளாக மாற்றும் வேலையில் பின்னால் வந்தவர்கள் தீவிரமாயினர். எதிரணிக்கு இது சற்று பெரிய பின்னடைவுதான். பிள்ளையார் பிடிக்க குரங்கான கதையாக தாக்குதலை துவங்காதிருந்திருந்தால் இந்தக் கேந்திரமான முன்னூறு மீட்டர் பறி போன சோகம் அவர்களுக்கு நிகழ்ந்திருக்காது. ஜெயந்த் பதற்றம் சற்று தணிந்து உற்சாகமாகியிருந்தான். இவர்கள் ஒரு பாதுகாப்பான வளையத்திற்குள் தங்களை நிலைநிறுத்திக் கொண்டார்கள் என்பதை அறிந்ததும் தாக்குதலின் மாற்றுத் திட்டங்களுக்காக எதிர்த் தரப்பு தன் தாக்குதலின் தீவிரத்தை குறைத்திருந்தது. தன் சுபேதாரிடம் முன்னணி துருப்புகளை மாற்றுவது, கண்காணிப்பு பணிக்கான ஆட்கள் மற்றும் ஸ்தலம் இவற்றையெல்லாம் விவாதித்துவிட்டு தன் அணியில் விடைபெற்றவர்களை இறுதியாக உறுதி செய்ய பின்னால் சென்றான்.

18

முப்பத்திநாலு சஹாக்கள் இந்தக் களத்தின் சமரில் பலியாகியிருந்தனர். எப்பொழுதும் தன் மகனின் புத்திக்கூர்மையை நினைத்து மகிழ்ந்து பெருமையுறும் எட்டாம் வகுப்பு கூட எட்டியிராத ஜீவன்சந்த், தன் குடும்பத்து பெருமைகளையே வாழ்வென்று உயர்த்திய ராம் சிங்க், நிச்சயமாக்கப் பட்டிருந்த வருங்கால இணையின் புகைப்படத்தை தன் நண்பர்களுக்கு மட்டும் காண்பித்து வெட்கப்பட்டுக் கொண்டிருந்த - பத்து நாட்களில் மண வாழ்வில் புகுவதற்காக விடுப்பில் செல்லவிருந்த மோஹன் ஜெகத், கால்வாசி முகம் சிதைந்திருந்தாலும் மாறாத புன்னகையுடன் அதிகம் பேசாத காரிய சித்தன் ராம் ஜெயின், தனித்திருக்கும் தருணங்களில் “யூ நீட் மோர் ஃபார் அன் ஆர்மி ஆஃபிஸர்” என்று இவனிடம் உரிமையோடு தர்க்கம் செய்யும் சுபேதார் மேஜர் ராஜா ஷேக், இன்னும் எட்டு மாதங்களில் ஓய்வு பெறவிருந்த ஹவில்தார் ஆலம் காதர், மகளுக்காக தகுந்த வரன் பார்த்த சாதனையை சதா தம்பட்டம் அடித்துக் கொண்டிருந்த நாயக் ஜாகீர், ஓய்ந்த பொழுதெல்லாம் புத்தகமும் கையுமாக உறவாடிக் கொண்டிருந்த நாயக் சுபேதார் கோபால மேனன் இப்படி நீண்ட பட்டியலில் ஜெயந்தின் மனம் கனத்தது. இவர்களோடு “மரணம் வந்தால் அது ஒரு யுத்த களத்தில்தான் வரணும் ஸாப். இந்த யூனிஃபார்முக்கு அதான் மரியாதை சாப்” என்று வாழ்வே வீர விளையாட்டாக வரித்துக் கொண்டிருந்த ஹவில்தார் கர்த்தார் சிங்கும். வலது தோள் பட்டையிலிருந்து எதுவுமே இல்லை. ஆயுதம் ஏந்திய அவனுடைய அந்தக் கரத்தை இந்த களம் காவு வாங்கியிருந்தது. அந்த அகோர வலி தெறித்த முகத்துடன் மார்பெங்கும் இரத்தக் காயங்களுடன். அவனுடைய ஜென்ம சாபல்யம் ஈடேறி விட்டதா என்ன? தன் கீழ் பணியாற்றியவர்கள் என்பதிலும் இந்த மூன்று வருஷங்களில் ஜெயந்த் அவர்களோடு ஒரு ஜீவனுள்ள தொடர்பில் பிணைந்திருந்தான். யுத்தம் சிதைத்த கனவுகளுடன் ஆன்மா பிரிந்த, குண்டுகள் துளைத்திருந்த அந்த ஸ்தூல சரீரங்கள் இந்த தேசத்திற்கு

தங்கள் கடமையைச் செலுத்திவிட்டு ஓய்ந்திருந்தன. யுத்தத்தில் மாத்திரம்தான் விழிப்போடிருக்கும் அந்த நிமிஷத்திலேயே மரண பயம் விழுங்கப் படுமா? மோஹன் ஜெகத்தின் அருகில் சென்று – அநேகமாய் இடுப்புக்குக் கீழ் எதுவுமே இல்லை –அவன் சட்டைப் பையை துழாவி அந்த பாலிதீன் உறையை எடுத்தான். புன்னகை தவழும் அந்த இளம் பயிரின் கனவுகளின் விலைதான் என்ன? மறுபடியும் அப்படியே அவன் பைகளுக்குள் வைத்துவிட்டு நிமிர்ந்தவனின் கண்கள் பனித்தன. விலையற்ற உயிருக்கு இராணுவத்தில் மரியாதை என்பதே அது உடல் விட்டு பிரிந்த பின்தான். இந்த சோகம் மறக்கத்தான் வீர மரணம், தியாக சீலம் என்ற வார்த்தை அலங்காரங்கள் எல்லாம். களம் கனன்று கொண்டிருக்கும் போது சுற்றி நிகழும் மரணம் குறித்து யோசிக்க முடியாது. எல்லாம் முடிந்த பின் அமைதியாயிருக்கும் சக வீரனின் மௌனம்தான் மனம் பிராண்டும் ரணம். அந்த வலி, அது சாம்ராட் அசோகனையே அசைத்து அலைக்கழித்து பௌத்தம் தழுவி பாதி துறவியாக்கிய ஒளி பாய்ச்சிய வலி.

பிராந்திய கட்டுப்பாட்டு மையத்திலிருந்து கர்னல் வந்திருப்பதாக ஒரு ஜவான் சல்யூட்டுடன் செய்தி சொல்ல, ஜெயந்த் இயந்திரமாய் நகர்ந்தான்.

பகலில் பரபரத்து யுத்தம் ருத்ர தாண்டவமாடிய அந்த பூமியை இருள் கவிந்திருந்தது. மாலை நெருங்கும் போதே எதிர் தாக்குதல்கள் குறைந்து விட்டன. இரத்தமும் சேறும் புழுதியும் படிந்த யுத்த வேஷம் களைந்து, கிடைத்த வெந்நீரில் கொஞ்சமாய் முகம் உடல் கழுவி மறுபடியும் புதிய ஆடைகளுடன், கையில் இருந்த சூப்புடன் பதுங்கு குழிகள் தோண்டுவதில் மும்முரமாய் ஈடுபட்டிருந்த வீரர்களைப் பார்த்தவாறு, கடந்து சென்று மறு படியும் பாயவிருக்கும் புயலுக்கு முன்னதான கனத்த அமைதியில் ஜெயந்த் காலூன்றியிருந்தான். நேற்றை விட வானம் தெளிவாகியிருந்ததைப் போல தெரிந்தது. களம் நிறைத்த குண்டு வெடிகளின் புகை நாற்றம் இன்னமும் நாசியை அரிக்கின்றன. “கிரேட்; கங்க்ராஜுலேசன்ஸ்” என்ற கர்னலின் வார்த்தைகள் காதில் கிசுகிசுப்பதைப் போல் இருந்தன. கூடவே வசந்தின் “நீங்க எத்ன பேரப்பா கொன்னுருக்கீங்க?” என்ற சிலிர்க்க வைத்த வார்த்தைகளும் நினைவில் வந்தன. யாருக்குத் தெரியும்? எப்படித் தெரியும்? அணி அணியாய் கூட்டமாய் பொருதும் போது இறுதியில் இரு தரப்புக்குமான சேதம் தெரியுமே அல்லாமல் யாரால் எவர் என்ற

சமானம் கிடைக்குமா என்ன? களத்திலே பொருதிக் கொள்வது ஆசாபாசங்களும், இருதய தாகங்களும், பாரங்களும் நிறைந்த சராசரி மனிதன் அல்ல. கேள்விகளுக்கே இடமில்லாமல் உருவாக்கி மெருகேற்றப் பட்ட சீருடையில் மிளிரும் இராணுவ வீரர்களின் தேசம், கடமை என்கிற தாரக மந்திரத்திற்குள் இரத்தம் சிந்தத் தீவிரிக்கும் அவர்களின் வெஞ்சினம் புனிதமாகின்றது; போற்றப் படுகிறது.

எதிர் முகாமின் அடுத்த ஒத்திகை என்னவாயிருக்கும் என்பதைப் பற்றி எவ்விதத் தீர்மானத்திற்கும் வர முடியாத நிலையிலேயே கள நிலவரம் இருந்தது. இந்த நிமிஷம் புகைச்சல் இல்லை. இந்தத் தற்காலிக அமைதி இன்னும் எத்தனை மணி நேரங்கள் என்பதைப் பற்றி எவ்வித ஆருடமும் கணிக்க முடியாத சூழ்நிலை. இழந்ததை மீட்டெடுக்கும் ஒரு வலுவான தாக்குதலுக்கு புலர் காலையில் தயாராயிருக்க வேண்டும் என்பது தவிர இருப்பதுநாலு மணி நேர விழிப்பு முக்கியம் என்பதை அவர்களுக்கு அறிவுறுத்தி விட்டு தன் சிறிய கூடாரத்தினுள் நுழைந்தான். ரேடியோ இரைந்து கொண்டிருந்தது. ஒரு இரண்டு மணி நேர உத்தேசமான, எந்த நிமிஷமும் விழிக்க வேண்டிய உத்தரவாதத்துடனான உறக்கம், மறு நாள் களத்திற்கு உற்சாகமூட்டுவதாய் இருக்கும் என்ற நம்பிக்கையில், டேப் அடித்த அந்த நாற்காலியில் எவ்வளவு முடியுமோ அவ்வளவு பின் சாய்ந்து கட்டிலில் கால் நீட்டிய அடுத்த சில நிமிஷங்களில் ஜெயந்த் ஆழ்ந்த உறக்கத்திற்குத் தாவியிருந்தான். பூமென்று பெரிய காது கிழிக்கும் குண்டின் இடியோசையில் நாற்காலியை விட்டு துள்ளி எழுந்தான் ஜெயந்த். குண்டு சிதறி தூக்கிய மண் மழை விழுந்த வேகம் தாங்காமல் இவனது கூடாரம் ஒரு பக்கம் சரிந்தது. அதன் சிறிய நுழை வாயிலில் தீப் பிழம்புகள் ஆரவாரித்துக் கொண்டிருந்தன. தன் ரிவால்வரை உறுதி செய்துவிட்டு, ரேடியோவில் அமர்ந்திருந்த ஜவானை உசுப்பி விட்டு கூடாரத்தின் பின் திரையைக் கிழித்து இருவரும் வெளியேறவும், முழுக் கூடாரமும் ஜெகஜோதியாய் யுத்த நெருப்பின் ஆகுதியாய் படபடத்துக் கொண்டிருந்தது. விசில் சத்தங்களும், பின்னால் இருந்த டேங்குகள் முன்னேற, ஜெயந்த் குனிந்து தவழ்ந்து ஓரளவு தயாராகியிருந்த பதுங்கு குழிக்குள் நுழைந்து விட்டான். சுபேதார் ”இப்பதான் ஸார், ஒங்க டென்ட் தான் முதல் குறி” எனவும் “ரிட்டாலியேட். மிகவும் தேவைப் பட்டாலொழிய நமது இந்த நிலையிலிருந்து பின் வாங்குவது என்ற கேள்விக்கே இடமில்லை” என்றான். ரேடியோவில்

"அஸால்ட் ஆஃப் த டே ஸ்டார்டெட் - ஃபியர்ஸ்" (மிகவும் உக்கிரமாய் நாளின் யுத்தம் துவங்கியது) என்ற செய்தியை கொடுத்துவிட்டு, முந்திய மாலை வந்திருந்த ஹச்.எம்.ஜி யின் நிலவரம் காண விரைந்தான். ஜெயந்த் அதை நெருங்கும் போது அவர்கள் அதை தயார் செய்து முதல் சால்வோ தொடங்கி விட்டார்கள். புலர் காலை என்ற தன்னுடைய கணிப்பு தவறி விட்டது என்பதை ஜெயந்த் உணர்ந்தான். அதிகாலை மூன்றரை மணிக்கே அவர்கள் ஆட்டத்தைத் துவங்கி விட்டார்கள். கன்னும், மார்ட்டர்களும், இயந்திரத் துப்பாக்கிகளும் கனன்று கொண்டிருந்தன. நாயக் சுபேதாரின் தொலை நோக்கியை வாங்கிப் பார்த்து விட்டு கூடுமானவரை எதிரியின் முன்னேறும் டாங்குகளை முடமாக்குவதில் முனைய வேண்டுமென்ற உத்தரவை அவர்களுக்குச் சொல்லி விட்டு மறுபடியும் பதுங்கு குழியில் ரேடியோவின் அருகில் வந்தான். பதுங்கு குழியில் இருந்து எழுந்து முன்னேறி எதிரிகளைச் சிதைக்க முடியும் என்று தோன்றவில்லை. நேற்றை விட அவர்களின் அணிவகுப்பு இன்னும் வலுவானதாகத் தெரிந்தது. கர்னலின் ரேடியோ செய்தியும் "ஹோல்ட் அன்ட் ஃபைட்" என்றுதான் வந்திருந்தது. இன்னும் ஒரு மணி நேரத்திற்குள்ளாக வந்து சேர இருக்கும் அடுத்த இரண்டு கம்பெனிகளின் வருகைக்குப் பின் முன்னேறுவதைப் பற்றி யோசிக்க வேண்டும் என்ற குறிப்புகள் வந்திருந்தன.

இந்த நிலையைத் தக்க வைக்க முடியும் என்ற நம்பிக்கை ஜெயந்துக்கு இருந்தது. அதற்கே மிகப் பெரிய விலை கொடுக்க நேரிடலாம். இந்த யுத்தம் இன்னும் எத்தனை நாள் தொடரும் என்பது அவன் கையில் இல்லை. ஏன் அது தலைமையகத்திடமும் இருப்பதாகத் தெரியவில்லை. அது அரசின் கையில், அது தொடரும் அரசியலின் பிடியில் இருக்கிறது. 1944ல் நார்மண்டியில் காலூன்றிய ஒரு அமெரிக்க மற்றும் பிரிட்டிஷ் வீரனுக்கு இருந்த திகிலும் பொறுப்பும் தனக்கு இருக்கிறதா என்று தன்னைத் தானே கேட்டுக் கொண்டான். இரண்டுமே யுத்த களங்கள்தான். முழு உலகின் மீது ஒரு காரியப் பைத்தியத்தால் தொடரப் பட்டிருந்த அருவருப்பான ஆக்ரமிப்பை அகற்றுகிற மகத்தான பணியில் அவர்கள் பங்கேற்றிருந்தனர். முழு உலகின் ஒளி மிகுந்த எதிர் காலத்திற்காக அவர்கள் அந்த இரத்த வேள்வியில் தங்களை ஆகுதிகளாய் அர்ப்பணித்திருந்தனர். அந்த சமரில் ஒரு நியாயமும் அர்த்தமும் இருந்தது. இந்த சிறிய எல்லை பிரச்னையில் இந்த களத்தில் நிற்கும் தனக்கும், ஒரு நாஜியை எதிர் கொண்ட

நார்மண்டியின் போராளியைப் போன்ற தகுதியோ பெருமையோ இருக்கிறதா என்று எண்ணுவதே அபத்தமாகத்தான் இருக்கும். என்னதான் உயர்த்திப் பிடித்தாலும், யுத்தங்கள் எதுவானாலும் அவை அவலமானவைகள்தான். என்றாலும் அதிலும் கூட ஏற்றத் தாழ்வுகள் இருக்கவே செய்கின்றன. யுத்தங்கள் மனித குல வரலாற்றின் வலி மிகுந்த பக்கங்களை ஆக்ரோஷ வரிகளில் எழுதித் தீர்க்கின்றன.

தோள்பட்டையை அழுத்தும் ரைஃபிளின் படபடக்கும் சீறலுக்கு மத்தியிலும் அந்த ஜவான்

ஜெயந்துக்கு "குட் மானிங் சாப்" என்றான். பதிலுக்குச் சிரித்து அவன் தோள்களைத் தட்டி "கவனமாய் – தீவீரமாய்" என்று இந்தியில் சொல்லியவனிடத்தில் திரும்பிப் பாராமலேயே "இன்று இரவு நாம் வெற்றியைக் கொண்டாடுவோம் ஸாப்" என்றான். "குட். ஸுயூர்" என்று ஜெயந்த் அவனை உற்சாகப் படுத்திய போது, பதுங்கு குழியின் விளிம்பில் மிகப் பெரிய குண்டு ஒன்று தீப் பிழம்புகளோடு வெடித்துச் சிதறி மண்ணும் புகையும் பனித்துளிகளும் மழையாய் பொழிந்ததுதான் ஜெயந்துக்கு தெரிந்தது. கூடவே அவன் கடைசியாய் பேசிய ஜவானின் உயர்த்திய கரமும் பிடித்திருந்த அவனுடைய ரைஃபிளும். சத்தம் கேட்ட நொடியில் ஜெயந்த் குனிந்தான். அந்தத் தாக்குதல் நிகழ்த்திய களேபரம் சற்று தணிந்த போது ஜெயந்தால் எழுந்திருக்க முடியவில்லை. தான் தரையில் சரிந்திருந்ததையும் பதுங்கு குழி சிதைந்து எங்கும் ஒரே மண்ணும் புகையுமாய் அவனை விட்டு சற்று தள்ளி அவனுடைய ரேடியோ இரைந்து கொண்டிருந்தது. "மெடிக் மெடிக்" என்ற குரல்கள் காதில் விழுந்தன. தொடர்ந்த குண்டுகளின் வெடிச் சத்தமும், இவனருகில் ஒரு மெடிக்கும் ஒரு ஜவானும் அவன் மேல் விழுந்திருக்கும் மண்ணை பரபரப்பாய் அகற்றினார்கள். மண்ணகற்றப்படும் போது ஜெயந்த் இடது இடுப்பின் கீழிருந்து சுண்டி இழுக்கும் வலி படர்வதை உணர்ந்தான். மெடிக் ஓடி வந்த மற்றொரு ஜவானிடத்தில் ஸ்ட்ரெச்சருக்கு உத்தரவிட்டதுதான் ஜெயந்தின் காதில் விழுந்தது. அந்த விடியலில் வெடிகளின் புகையும் சத்தமும் வெளிச்சத்தை மறைத்திருந்த அந்த மங்கிய உணர்வில், ஸ்ட்ரெச்சரில் அவன் வலி லேசாகக் குறைவதைப் போல. முந்திய நாள் காலை ஒற்றையாய் மேகங்களூடாய் பறந்து சென்ற அந்தப் பறவையின் சித்திரம் நினைவில் வந்தது.

தற்காலிக அவசர மருத்துவ கூடாரத்தில் படுக்க வைக்கப் படுவது போல. சில சமயம் மின்சாரம் தாக்குவதைப் போல இடது புறம் உயிர் துளைக்கும் வலி. சில நிமிஷங்கள் அங்கே எதுவும் இல்லாதது போல. காயப் பட்டு விட்டோமா என்ன? கடுமையாகவா? அப்படித்தான் என்று தோன்றியது. தூரத்தில் குண்டுகளின் சத்தம் விட்டு விட்டுக் கேட்கிறது. களம் தற்காலிகமாக இவனுக்கு விடை கொடுத்து விட்டதா? எவ்வளவு நேரம்? கொஞ்சம் எழுந்து உட்காரலாமா ? – வலது கை அழுத்தி – ஹூகும் – இடது பக்கம் எல்லாம் மரத்து விட்டது போல, தீவிரமான முகத்தில் மெலிதான புன்னகையுடன் டாக்டர் கேப்டன் ராமன் அருகில் வந்தார். “நோ, நோ; அசைய வேண்டாம். இன்னும் ஒரு பதினைந்து நிமிஷம்தான். ஹெலிகாப்டருக்கு காத்திருக்கிறோம்.. யூ வில் பீ ஆல் ரைட் மேஜர்” என்று அவன் தோள்களைத் தட்டி விட்டு அடுத்த படுக்கைக்கு நகர்ந்தார். “ஸோ” காயம் கடுமையானது என்பது உறுதியாகி விட்டது. சலைன் பாட்டிலிலிருந்து அந்த திரவம் சொட்டு சொட்டாய் நிமிஷத்தை எண்ணுவது போல. அடி பட்ட மற்ற வீரர்களின் முணங்கல்கள், அந்த கூடாரத்தை ஆக்ரமித்திருந்தன. நாலாவது களம் இறுதிக் களமாகி விட்டதா? மறுபடியும் உயிர் பிளக்கும் வலி இடது புறம் கீழிருந்து மேலாக. துடிதுடித்த தூண்டில் மீனும் பார்த்து விகசித்த வசந்தும் அவன் கண் முன் நிழலாடினர். சுமதி – சுமதி டியர் - அவன் தன் உயிரைத் தேடினான். சற்று தள்ளி நின்று புன்னகைப்பது போலவா? பொங்கிக் குமுறுவது போலவா? அவள் அழகான கூந்தல் அவள் கொண்டையினின்றும் கலைந்து தோள்களிலும் மார்பிலுமாகவா? “நோ” என்று ஜெயந்த் உரக்கக் கத்தினானா? ‘கத்தினேனா?’ செவிலியர் ராஜன் ஓடி வந்தார். “நோ சாப். காப்டெர்மேன் வந்துருச்சு சாப். இன்னும் பத்து நிமிஷங்கள்தான். நீங்கள் பாதுகாப்பான மெடிக்கல் கேருக்கு புறப்பட்டு விடுவீர்கள்” என்று ஆறுதல் சொன்னார். டாக்டர் மறுபடியும் ஜெயந்த் அருகில் வந்தார். “ஹோல்ட் இட் மேஜர். இட் இஸ் டைம் யூ ப்ரூவ் யுவர் மெட்டில்” (தைரியமாய் இப்பதான் உங்கள் உறுதியை நீங்கள் நிரூபிக்க வேண்டும்”) என்று சொல்லி மறுபடியும் உற்சாகப் படுத்தினார். மண்ணோடு மண்ணாக விஷம் போல் தீண்டிய வெடியின் சிராய்ப்புகள். நினைவு வந்த போது கடைசியாக இவனிடம் பேசிய சிவராம் மண்ணோடு புதைந்து உடனடியாய் விடை பெற்று விட்டது இவன் நினைவில் வந்தது.

களத்தில் கடைசி வரை நின்றோம் என்ற திருப்தி ஜெயந்துக்கு இருந்தது. இந்தக் கடமையில் முன்னின்றது கர்ம சிரத்தையா? என் பாத்திரத்தை என்னால் முடிந்த வரை, எனக்குத் தெரிந்த வரை உண்மையுடன் நடத்தி முடித்து விட்டேன். உண்மை - ஆம் அது மட்டும்தான் சிந்தையிலும் செயலிலும் திருப்தி தருகின்றது. அது தவிர என்னுடைய இந்த வலி- போக்கு காட்டும் இரண மயக்கத்தில், என் தேசத்திற்கும் குடிகளுக்கும் என்ன நன்மை என்பதெல்லாம் நிம்மதியும் நிறைவும் தரும் அந்த உண்மைக்குப் பிறகுதான். களம் என்ன நிலவரத்தில் இருக்கும்? என் வீரர்கள் வெற்றி பெறுவார்களா? வெற்றி பெற்றாலும் சில சிணுசிணுக்கும் முடிச்சுகளை லேசாக இறுக்கம் குறைக்குமே அல்லாமல் இந்தக் களம் முழு வெற்றியைத் தீர்மானிக்காது. அதற்கே வலி மிகுந்த இழப்புகளை பலியாகத் தர வேண்டியிருக்கிறது. அப்படி ஒரு வேளை நானும் இந்தக் களத்தில் ஒரு பலியாகவோ?- இருக்கலாம்; இல்லாமலும் இருக்கலாம். அப்படி விடை பெற்றால் இந்த மரணம் தகுதியானதா? வெகுவாக சிலாகிக்க உகந்ததா? ஒரு வேளை அப்படி நேர்ந்தால் அரசும், இராணுவமும், தேசமும் அதில் தியாகம்,சீலம், தேச பக்தி மற்றும் விருதுகள் என்கிற எத்தனையோ அடை மொழிகளை, ஆர்ப்பாட்ட வார்த்தைகளையெல்லாம் ஒட்டி, இப்படி இந்த மரணத்தை உயர்த்துவதில் இந்தச் சமூகம் தன் நன்றிக்கடனை செலுத்துகிற நாகரீகம் இருக்கிறது. இப்படியாய் இழப்புகளிலிருந்தும் தம் கலாச்சார மேன்மைகளைக் காத்துக் கொள்வதில் எல்லா தேசங்களும், நாகரீகங்களும் காலம் காலமாகப் பயணிக்கின்றன. செறுபகையில் விரயமான ஆன்மாவை நடுகல் நட்டி, காவல் தெய்வமாக, அய்யனார்களாக, இறைவனாக உயர்த்திய நாட்களிலிருந்து இந்த நடைமுறை தொடர்கின்றது. அழிவும் அவலமும் மறைக்கும், மறக்கும் அலங்காரங்களும் ஆரவாரமுமாகத்தான் இவைகளெல்லாம் ஜெயந்துக்குப் புரிகிறது. அவனுக்கு இவைகளில் அதீத மயக்கமுமில்லை; ஆர்வமுமில்லை.

வலியின் கால இடைவெளி அதிகரித்திருக்கிறது. எங்கோ வான் வெளியில் நிர்மலமான மேகப் பொதிகளுக்குள் மிதப்பது போன்றதொரு உணர்வு. பெரிய வெளிச்சம் - வெளிச்சம் என்றால் வசீகரிக்கும் பிரகாசமும் வெறுமையுமாய். ஆனால் வலி உக்ரமெடுத்து முன்னை விட அதி ஆக்ரோஷமாய் உடல் நடுங்கி சில நிமிஷங்கள் அவன் உறைகிறான். அதன் பின் சிலிர்க்கும் காற்றில், வெளியில் நினைவு தப்புவதும் தழுவுவதுமாய். டாக்டர்

இராமன் தன் ஸ்டெதாஸ்கோப்பில் அதே அமைதியான இறுக்கமான முகத்துடன் ஏதோ தேடுகிறார். இவன் தோள் பட்டையில் ஓங்கி அறைந்து “மேஜர் சியர் இட் அப். நீங்கள் புறப்படுகிறீர்கள்; சத்தம் கேக்கலயா? ஹெலிடீம் வந்து விட்டார்கள். ஆல் தி பெஸ்ட்.” என்பது அவன் காதுகளில் அரையும் குறையுமாய் விழுகிற பொழுது அவன் உயர்த்தப் படுகிறான். ஜெயந்துடன் இன்னும் இரண்டு ஸ்ட்ரெச்சர்கள். ஹெலிகாப்டரின் இறக்கைகள் படபட த்துக் கொண்டிருக்கிறன. துணை பைலட் செவிலியர் இராஜன் கொடுத்த பேப்பர்களை வாங்கி ஒரு உறையில் வைத்து விட்டு அவர் நீட்டும் நோட்டில் கையெழுத்து இட்டு விட்டு தன் வலது கை கட்டை விரலை உயர்த்த, அடுத்த நிமிஷம் மறுபடியும் வலி வர, தடதடவென்ற இறக்கைகளின் சத்தத்துடன் ஜெயந்த் மேலே மேலே மேலே உயர்ந்து பறக்கிறான். மலைகளை ஊடுருவி பிரவாகிக்கும் பரந்த நதியின் மேல் தீவிரித்து பறந்து உயரும் போது நதிக்கரையில் மறுபடியும் அதே மாறாத மென்னகையில் சுமதி, கரையில் நின்று நதியின் ஓட்டத்தில் கல் வீசி குதூகலிக்கும் வசந்த். நீர் கலைந்து சுழித்தோடுகின்றது.

வாழ்வின் அநித்யம் அறியாமல், நிற்கக் கிடைத்த நிமிஷங்களில் வாழாதவர்கள்தான் நித்யம் சேர்க்கும் மரணம் கண்டு திகைக்கலாம். வாழ்க்கை அழகாகவே இருந்தது. அதில் பாதி காரணம் அவள்– சுமதி. ஜெகன் சீராக பறந்து கொண்டிருக்கிறான்.

19

வசந்த் வீறிட்டழுது எழுந்து உக்கார்ந்தான். சத்தம் கேட்டு எழுந்த சுமதியைக் கட்டிப் பிடித்துக் கொண்டான். தலை கோதி “ஏன்ம்ப்பா, செல்லம்” என்று கொஞ்சி சமாதானப் படுத்தினாள்.

‘‘ரெட் எக்ஸ் என்னோட துப்பாக்கிய புடிங்கிட்டு ஓடிட்டான்ம்மா” என்று அழுதுகொண்டே அரற்றினான். கனவு கலைத்த உறக்கத்தில் மகன் அரற்றுவதைப் புரிந்து கொண்டவள் “காலேல கேப்போம்– நீ படுத்துக்கோ” என்று மார்போடு சேர்த்து ஆட்டி, முதுகில் தட்டிக் கொடுத்து, சற்று நேரத்தில் கண் அயர்ந்தவனை படுக்க வைத்தாள். காலை மணி ஐந்தை நெருங்கிக் கொண்டிருந்தது. சுமதி சோம்பல் முறித்தாள். மகன் கார்ட்டூனால் ஆக்ரமிக்கப் படுகிறான் என்பதை அவனது கலைந்த உறக்கம் அவளுக்குச் சொல்லியது. இன்னும் அவன் கவனத்தை சற்று திசை திருப்ப வேண்டும் என்று நினைத்துக் கொண்டாள். ஜெயந்த் பத்து தினங்களுக்கு முன்பு பேசியதுதான். எல்லைப் பதற்றத்தில் அவனது விடுமுறை அட்டவணை தள்ளிப் போடப்பட்டிருக்கிறது. சுமதிக்கு சற்று ஏமாற்றம்தான். ஆனால் சீக்கிரத்தில் இந்த விடுமுறை வருகை, புறப்பாடு, இடைப்பட்ட காத்திருப்பு நாட்கள் எல்லாவற்றையும் ஒரு முடிவுக்குக் கொண்டுவரப் போவதாக ஜெயந்த் திட்ட வட்டமாகச் சொல்லியதால் சற்று திருப்தியுடன் இருந்தாள். பிரிவின் துயரத்தில்தான் நெருக்கத்தின் இரகசியம் இருக்கிறது என்பது இந்த ஐந்து வருஷ தாம்பத்யத்தில் அவளுக்கு புரிந்திருந்தாலும் எல்லாமும் போய் கூடவே இருந்து நிதானமாய் எதிர் காலத் திட்டங்களில் சிந்திப்பது செயலாற்றுவது எல்லாம் அது ஒரு சுவராஸ்யம் என்று காத்திருந்தாள். அவளை விட ஜெயந்துக்கு நிறையவே கனவுகள் இருந்தன.

விடுமுறை தாமதம்; எல்லைப் பதற்றம் என்ற தகவல்கள் வந்தவுடனேயே “யூஸ்லெஸ் பியூப்பிள்” (முட்டாள் மனிதர்கள்) என்று இரண்டு தரப்பினரையுமே திட்டித் தீர்த்தார் சர்மா. “அப்பா எப்பம்மா வருவாங்க?” என்று வசந்த் வேறு அரற்ற

ஆரம்பித்திருந்தான். ஜெயந்திடமிருந்து வந்திருந்த முதல் தகவலை நம்பி அவனிடம் சொல்லியது தப்பாகி விட்டது. அவனுக்குப் புரிய வைக்க போராடிக் கொண்டிருந்தாள். "எப்படியும் இந்த முறை ஒரு சிறிய கைகலப்பு நிச்சயம் போல்தான் தெரிகிறது. நிலவரங்கள் அவ்வளவு ஆரோக்யமாயில்லை. எரிச்சலூட்டுவது போல்தான் இருக்கின்றன. கீரி பாம்பு மோடி மஸ்தான் சண்டை வேலைகள் இரண்டு இராணுவத்திற்கும் இன்னும் எத்தனை நாட்கள் சாத்தியமாகும் என்று தெரிய வில்லை" என்று லேசாகக் கோடு காட்டியிருந்தான். இந்த அனுபவம் அவளுக்குப் புதிது என்பதால் அவள் வெளியே காண்பித்துக் கொள்ளாத ஒரு மெல்லிய பதட்டத்துடன்தான் உலாவிக் கொண்டிருந்தாள். இது நாள் வரை இல்லாமல் மகனின் வீறிட்ட அழுகையும், இழப்பின் கனவும் அவளை சற்று அலைக்கழித்தன. தாமதித்த ஒரு சேவல் நீட்டிக் கொக்கரித்தது. புலர்ந்த பொழுதின் கட்டியங்களாய் வரிசையாக மரங்களில் பறவைகளின் இரைச்சல். மகேஷ் மாடியிலிருந்து இறங்கி ஹாலில் விடியலின் தரிசனத்தில் நின்று கொண்டிருந்தான். "குட் மார்னிங் அண்ணி" என்று சொல்லிக் கொண்டே வாசலில் இறங்கி தன் சைக்கிளை எடுத்துக் கொண்டு கதவு திறந்து பறந்தான். இன்னும் சிறிது நேரத்தில் சர்மாவும் கிளம்புவார். ஜெயந்த் இருந்தால் அவர்கள் மூவரும் கூட செல்லுவார்கள்.

ஒரு வழியாய் விடிந்தது. சமையலறையின் அன்றாடம் சுமதிக்கு அன்றைக்கு ஏனோ சதிராடுவதைப் போலவே இருந்தது. இயந்திர கதியில் இயங்கினாள். சாதாரணமாக சமையலறையின் நேரத்தில் திட்டமிட்டபடி விரயமாகாமல் காரியங்களை நிகழ்த்துவதுதான் சுமதியின் இயல்பு. எட்டு மணியை நெருங்கும் போதும்கூட அன்று எதுவும் திட்டமிட்டபடி நகருவதாய் இல்லை. நேரம் என்னவோ நத்தையாய் ஊர்வது போல. மிகுந்த திணறல்களுடன் மற்றவர்களுக்கு காலை உணவை தயார் செய்து முடித்தாள். வசந்த் ஹாலில் ப்ளாஸ்டிக் உதிரிகளைச் சேர்த்து அவனுக்கு தெரிந்த வடிவமைப்பில் ஏதோ ஒரு கட்டிட மாதிரிக்கு முயற்சிக்கும் மும்முரத்தில் ஈடுபட்டிருந்தான். இடையில் இரண்டு முறை தன் விளையாட்டுச் சாமான்கள் இருக்கும் இடத்தில் கனவில் பிடுங்கப் பட்ட துப்பாக்கி இருக்கிறதா என்று உறுதி செய்தவன், அதைக் கொண்டுவந்து தன் அருகிலேயே வைத்துக் கொண்டான். காலை நடைப் பயிற்சி முடித்து திரும்பும் வழியில் சாலை ஓரத்தில்

இருக்கும் இரண்டு பயிர்களின் நிலவரத்தைக் கவனித்து விட்டு வந்து குளித்து "ஹிண்டு"வில் மூழ்கும் சர்மாவின் முகம் கூட அவ்வளவு தெளிவாக இல்லை. காலை உணவுக்காய் அழைத்த சுமதியின் குரல் கேட்டு பேப்பரை ஒரு சிறிய எரிச்சலுடன் டீபாயில் போட்டு, ஹாலைக் கடந்தவர் பேரனைப் பார்த்தார். "காலேலயே என்னப்பா துப்பாக்கியும் கையுமா?" சத்தம் கேட்டு திரும்பிய வசந்த் "தாத்தா" என்று ஓடி வந்தான். கை பிடித்து தூக்கிக் கொண்டு டைனிங் டேபிளுக்கு வந்தார். நாம்தான் ஏதோ ஒரு இயல்பில் என்றால் அவருக்கு என்ன? மாமனாரின் குழம்பிய முகம் அவளுக்குப் பிடிபடவில்லை.

சர்மாவுக்கு செய்தியை மருமகளிடம் பகிர்ந்து கொள்வதா வேண்டாமா என்று ஒன்றும் பிடிபடவில்லை. நல்ல வேளை சாப்பிட வந்த மகேஷ் கை கொடுத்தான். "இன்னைக்கு க்ளாஸ் உண்டா? இல்ல வெளிய எங்கயும் ப்ராஜெக்ட் வேலையா?" என்றவரிடம் "ஏன்ம்ப்பா? இன்னக்கு நாலு தியரி க்ளாஸ். காலேஜ்தான்" என்றவன் அப்பொழுதுதான் தந்தையைக் கவனித்தான். வழக்கமான அவருடைய உற்சாகம் முகத்தில் இல்லை. அது குழம்பிக் கலங்கி ஒரு மெல்லிய பதற்றத்தில். "ஜெயந்த் டூட்டி இடம் சொன்னானே – ஒரு பெயரும் வாயில் நுழையாமல்" என்றவரிடம் "ஏன்" என்று கேட்டுவிட்டு சுமதி கொண்டுவந்த தோசையை சுவைக்க ஆரம்பித்தான். அப்பா மகனின் உரையாடலில் கணவனின் பெயர் அடிபட்டதால் மகேஷையும் வசந்தையும் கவனிக்கும் பாவனையில் நின்றாள். "அதாத்தான் இருக்கும்னு நெனக்கிறேன். பேப்பர்ல ஒரு சின்ன ரிப்போர்ட் வந்திருக்கு. ரெண்டு பேரும் பிரச்சினையை ஆரம்பிச்சிட்டாங்க போல இருக்கு" என்றவர் பெருமூச்செறிந்தார். "ஸோ அதுக்கு நீங்க என்ன பண்ணப் போறீங்க? வழக்கம் போல இது கண்ணா மூச்சியாத்தான் இருக்கும். அப்டி எதுன்னா அண்ணன் இதுக்குள்ள கூப்பிட்டுருப்பாரே?" என்று எழுந்தான். "யெஸ் மை ஜூனியர். இன்னக்கு என்ன ப்ரோக்ராம்?" என்று சொல்லி வசந்தின் தலை முடியை சிலுப்பி குனிந்து அவனுக்கு முத்தம் கொடுத்து நிமிர்ந்தவன் அப்பொழுதுதான் சுமதியைக் கவனித்தான். அண்ணியின் முகத்தில் அந்த அழகான ஆர்ப்பரிப்பு இல்லை. மிகவும் மங்கிய ஜீரோ வால்ட் போல. "வாட் இஸ் திஸ் அண்ணி? சியர் இட் அப்" என்று அவன் சொல்வதற்குள் சமையல் அறைக்குள் நுழைந்து விட்டாள். முந்திய நாள் ஒருசேர

வீட்டில் யாரும் தொலைக் காட்சியை சட்டை செய்யவில்லை. இருவரின் லேசான களேபரத்தின் காரணம் புரிந்த மகேஷ் முன்னால் சென்று "ஹிண்டு"வைப் புரட்டினான். மைனர் டிஸ்டர்பென்ஸஸ் அப்சர்வ்ட் (சிறிய சச்சரவுகள் நடந்ததாக) என்றுதான் இருந்தது. இதுக்கு ஏன் இந்தக் கலவரம்?

மறுபடியும் உள்ளே நுழைந்தான். மேஜையில் அவன் காப்பி இருந்தது. சுமதி கைகளைத் தட்டில் துழாவியவாறே சாப்பிட முயன்று கொண்டிருந்தாள். "அண்ணி – இஸ் இட் யூ?" என்று உரிமையோடு அவன் அரட்டவும் நிமிர்ந்தவள் ஒரு வலிந்த சிரிப்பில் "ஒன்றுமில்லை" என்றவள் "நீ புறப்படு" என்றாள். "அண்ணன் சாய்ந்தரம் கூப்டுவார் அண்ணி. பேப்பர்ல ஒண்ணுமில்ல. வழக்கம் போல ரெண்டு பேரும் கொஞ்சம் மீசையை முறுக்கியிருக்காங்க; அவ்வளவுதான்." சர்மா சாப்பிட்டு மறுபடியும் "ஹிண்டு" வில் புகுந்திருந்தார். தன் குரல் தாழ்த்தி "அப்பா கொஞ்சம் அப்செட். நீங்க ஏன் அவர் கூட போட்டி போட்றீங்க? நான் மத்தியானம் வர்றேன்" என்றவன் வசந்தை பார்த்து "பை மை ஜூனியர்" என்றவாறே புறப்பட்டான். தலை நிமிர்ந்து கை அசைத்த வசந்த் சுமதியின் அருகில் வந்து ஒட்டிக் கொண்டான். அவள் அவனுக்கு ஊட்ட முயன்ற போது சிறிது மட்டும் வாங்கிக் கொண்டு ஹாலுக்கு தன்னுடைய களத்துக்கு ஓடினான். சுமதி எழுந்தாள். மேஜையை சுத்தம் செய்து அங்கிருந்து நகர்ந்தவள் கண்களில் தற்செயலாய் வலது பக்கம் இருந்த சிறிய பூஜையறை பட்டது. தீபத்திற்கு மாட்டியிருந்த மாலை இடது பக்கம் அதன் ஸ்தானம் விலகித் தொங்கிக் கொண்டிருந்தது. "ஹூம்" என்றவள் சமையலறையில் பாத்திரங்களை வைத்து விட்டு கைகளைக் கழுவிக் கொண்டு பூஜையறைக்குள் நுழைந்து மாலையைச் சரி செய்தவள் அப்படியே சிறிது நேரம் நின்று கண்களை மூடினாள். வெளியே வந்து மணி பார்த்தவள் இன்னும் ஒன்றரை மணி நேரத்திற்குப் பிறகு, மறுபடியும் அவள் சமையலறையில் புகுந்தால் போதும். அவள் தன்னுடைய வேலைகள் நிறைய வைத்திருந்தாள். ஹாலை எட்டிப் பார்த்தாள். வசந்த் பெரும் தீவிரத்துடன் அவனுடய கட்டிட வடிவ மாதிரியில் ஈடுபட்டிருந்தான்.

அறைக்குள் நுழைந்து தன் தையல் இயந்திரத்தை தூசு தட்டினாள். கட்டிலில் அமர்ந்து முந்திய நாள் இரவில் தான் முனைந்திருந்த ஆடை வரை படத்தைக் கவனித்தாள். ஏதோ ஒரு

சிறிய பிழையில் அந்த முயற்சி முழுமை அடையாமல் அவளுக்கு திருப்தியில்லாமல். பிழை எங்கே என்பதுதான் பிடிபடவில்லை. கையில், தோளின் வடிவில்? பதினைந்து நிமிஷ போராட்டத்திற்குப் பிறகு ஒரு சிறிய யோசனை வந்தது. அதுவும் சரியில்லை. பென்சிலைக் கீழே வைத்தாள். எழுந்தவள் பார்வை ஜன்னலில்; சுற்றுச் சுவரையொட்டி பூத்துக் குலுங்கியிருந்த நந்தியாவட்டை மஞ்சளும், செம்பருத்தியின் சிவப்பும், போகைன்வில்லாவின் ரோசுமாக காற்றில் உராய்ந்து அசைந்து கொண்டிருந்தன. அணில்களும் கருத்த சிறிய மைனாக்களும் ஒன்றையொன்று விரட்டிக் கொண்டிருந்தன. கட்டிலில் அமர்ந்து மல்லாந்து படுத்தாள். என்ன செய்தாலும் காலையில் வசந்த் கனவு கலைந்து எழும்பி துவங்கி வைத்த அந்த சிறிய நெருடல், ஒரு வெற்றிடம் போல விரிந்து முழு வீட்டையும் ஆக்கிரமிப்பதாகத் தெரிந்ததேயொழிய விலகுவதாகப் பிடிபடவில்லை. எவ்வளவு நேரம் படுத்திருந்தாள் என்று தெரியாது.

ஹாலில் தொலைபேசியின் ரீங்காரம், அது வழக்கத்திற்கு மாறாக அதிகமாய் அலறுவது போல. எழுந்து ஹாலை நோக்கி பரபரத்தாள். அதற்குள்ளாக பேப்பரை வைத்து விட்டு சர்மா வந்திருந்தார். தன் விளையாட்டை விட்டுவிட்டு வசந்த் ஓடி வந்து சுமதியின் கால்களைக் கட்டிக் கொண்டான். மறு முனையிலிருந்து குரல் தொலைபேசி எண்ணை உறுதி செய்வது போல இவள் காதுகளில் விழுந்தது. “யெஸ்” என்றார் சர்மா. சிறிது இடைவெளிக்குப் பின் எதிர் முனையிலிருந்தும் வந்தது ஹிந்தியின் அட்சரங்களாய் ஒலித்தன. சர்மா இடைமறித்து “ப்ளீஸ் இன் இங்க்லிஷ்” என்றார். அடுத்த மூன்று நிமிஷங்கள் சுமதிக்கு மூன்று யுகங்களைப் போல. விரைப்புடன் சிலை போல எந்த மறு மொழியும் சொல்லாமல் சர்மா எதிர் முனையிலிருந்து வந்த வார்த்தைகளை உள்வாங்கிக் கொண்டிருந்தார். மூன்று நிமிஷங்களுக்குப் பின் சர்மா “வென்? வென்?” என்று கெஞ்சுவது போல, மறுபடியும் இரண்டு நிமிஷங்கள். தேய்ந்த தொனியில் சர்மா “தேங்க்ஸ்” என்று சொல்லி ஃபோனை வைத்தார். அருகிலிருந்த சோஃபாவில் அமர்ந்து தலையைச் சாய்த்தவர், கவிழ்ந்து முகத்தைக் கைகளால் மூடிக் கொண்டார். உடல் லேசாகக் குலுங்குவது போல. சுமதிக்கு “மாமா” – மிகுந்த சிரமத்துடன் வார்த்தைகள் வெளி வந்தன. வசந்த் இவளை விட்டு தாத்தாவிடம் ஓடி அவர் கைகளை இழுக்கவும் சுதாகரித்த சர்மா

பேரனை மடியில் இறுத்திக் கொண்டு கலங்கிய கண்களுடன் "இட் இஸ் நத்திங், ஒன்னுமில்லம்மா. அவனுக்கு ஒன்னுமில்ல. பகவான் புண்ணியத்ல ஒன்னுமில்ல. பேஸ் கேம்ப் ஆஸ்பத்திரியிலிருந்து தான் ஃபோன். இடது கால்ல அடிபட்ருக்காம். ஒரு இம்மீடியட் ஆப்ரேஷன் முடிஞ்சிடுச்சிங்றாங்க. அவன் நல்லாருக்கான். வேற பயப்பட ஒன்னுமில்லேங்றாங்க. ஹீ இஸ் ஸ்டேபிள்ங்றாங்க. மேல் சிகிச்சைக்கு எவ்ளவு சீக்கிரம் முடியுமோ அவ்ளவு சீக்கிரம் கமாண்ட் ஆஸ்பத்திரிக்கு, பஞ்ச்குலாவுக்கு கொண்டு போயிருவாங்களாம். திரும்பவும் இன்னைக்கு சாய்ந்தரம் கூப்ட்றேங்கறாங்க. அவன்ட்ட பேசறதெல்லாம் கொஞ்சம் பொறுமையா இருக்கணுங்காங்க" என்று ஒரே மூச்சில் சொல்லி முடித்து பெருமூச்செறிந்தார்.

நீர் பொங்கிய விழிகளுடன் சுதாகரித்துக் கொண்ட சுமதி, அவர் அருகில் வந்து வசந்தைத் தூக்கிக் கொண்டு பூஜை அறைக்குள் நுழைந்தாள். அம்மாவுக்கும் தாத்தாவுக்கும் இடையிலான இறுகிய மௌனம் வசந்த்தை உறுத்தியிருக்க வேண்டும். அம்மாவின் வலது கரத்தை இறுகப் பற்றிக் கொண்டு என்னவென்று தெரியாமலே வசந்தும் அந்த சிறிய அறையில் நங்கூரமிட்டிருந்த தெய்வங்களுள் ஐக்கியமாகியிருந்தான். பூஜை அறையிலிருக்கிற அம்மா, ஆச்சியம்மாவும் இவளையே உற்று நோக்குவதைப் போல. ஒரு முறை உடம்பில் சிலிர்த்தாள். காலையில் கனவு கலைந்து வசந்த் துவக்கி வைத்த இறுக்கம் இளகி, இறங்கி அந்த இடத்தில் வேறொன்று சிறிதாகப் பிடித்துக் கொண்டு மெதுவாக ஊர்வது போல. மறுபடியும் தன் அறைக்குள் நுழைந்து கட்டிலில் அமர்ந்த போது வசந்த் " அப்பா எப்பம்மா வர்றாங்க?" என்றவனை எடுத்து அணைத்து தலை கோதி " சீக்கிரம்பா; ரொம்பச் சீக்கிரமா வந்துருவார்ப்பா" என்று முத்தினாள். சிரமத்துடன் விழிநீரை அடக்கிக் கொண்டாள்.

20

இரவு எட்டு மணிக்கு மறுபடியும் தொலை பேசி அழைத்தது. இம்முறை மகேஷ் பேசினான். காலையில் அவர்கள் சொல்லியிருந்த அந்த தலைமை மருத்துவமனையிலிருந்து இந்த அழைப்பு. பிற்பகல் 4 மணியிலிருந்து 5 மணிவரையிலுமாக மறுபடியும் தேவைப் பட்ட சர்ஜிகல் சிகிச்சைகள் செய்யப்பட்டு, எல்லா அபாய நிலைகளைக் கடந்து, அறுவை சிகிச்சைக்குப் பின்னான தொடர்ந்த கவனிப்பில் ஜெயந்த் இருப்பதாகவும், மருத்துவ அடிப்படையிலான எல்லா அளவீடுகளும் திருப்தியாக இருப்பதாகவும் தகவல் சொன்னார்கள். “நான் அவருடைய தம்பிதான், அவருடன் பேச முடியுமா? என்று கேட்ட போது எதிர் முனையில் அந்த மருத்துவர் மெல்லிய நகையுடன்” அவசரப்பட வேண்டாம். களைப்பும் உடல் வலியும் சற்று குறைந்து, சகஜ நிலைக்குள் அவர் வரும் போது நானே அவரை உங்களுடன் பேசச் சொல்லுவேன். டேக் மை வேர்ட். ஹீ இஸ் டோட்டலி அவுட் ஆஃப் டேஞ்சர். நத்திங் டு பேனிக் அண்ட் ஒரி. இரண்டு நாட்கள் கழித்து அவர் உங்களுடன் பேசுவார்.” என்று சொல்லி இணைப்பைத் துண்டித்தார்.

அவன் பேசும் போது இருந்த முழு அமைதியையும் சர்மாதான் குலைத்தார், “என்னப்பா?” என்று ஒரே வார்த்தையில் மகேஷைப் பார்க்க “அண்ணன் குயட் ஓகேப்பா. இந்த ஆஸ்பத்ரில அண்ணன அட்டெண்ட் பண்ண டாக்டர்தான் பேசுனாரு. மதியம் தேவைப் பட்ட அறுவை சிகிச்சையெல்லாம் முடிச்சு அண்ணன் போஸ்ட் ஆப்ரெடிவ் கேர்ல இருக்காரு. ப்ரெஷர், பல்ஸ், இன்புட், அவுட்புட்ன்னு எல்லா பாராமீட்டர்ஸும் நார்மலா இருக்காம். பயப்படறதுக்கு ஒன்னுமே இல்லேன்னார்ப்பா” சர்மா கையெடுத்துக் கும்பிட்டு “ஈஸ்வரா” என்று நன்றி சொன்னார். தகவல் அறிந்து வந்திருந்த சுமதியின் அப்பாவின் முகத்தில் ஒரு தெளிவுடன் “நாந்தான் சொன்னேன்ல.. அதெல்லாம் தம்பிய ஒன்னும் சீண்ட முடியாதுன்னு”. சுமதியின் அருகில் நின்ற வசந்தைக் கூப்பிட்டு மடியில் அமர்த்திக் கொண்டார். விசாரிக்க வந்திருந்த சர்மாவின் நண்பர் “அதான் ஒண்ணுமில்லேன்னு ஒனக்கு ரெண்டு தடவ தகவல்

வந்துருச்சில்ல. அப்றமும் இன்னும் ஏன் ஏக யோசனயில இருக்க?" என்றவர் சுமதியை பார்த்து "அவனுக்கு ஒண்ணும் இல்லம்மா. தைரியமா இரும்மா. அப்டி ஒண்ணு ரெண்டு வரும், மில்டிரின்னா சும்மாவா? எல்லாம் சரியாயிருச்சு. ஆகுற வேலயப் பாருங்க..." என்று எல்லாரையும் நிதானமாக்கினார். "காலைல பார்ப்போம்" என்று சர்மாவிடம் விடை பெற்றவரை சுமதி "இருங்க மாமா. ஒரு காப்பியாச்சும்" என்றவளை "ஒண்ணும் இல்லம்மா. நீ மத்தவங்கள பாரு. சின்னவர் (வசந்த்) சாப்ட்டாரா? நான் காலைல வாரேன்" என்று விடை பெற்றார்.

ஒண்ணுமில்ல, ஒண்ணுமில்லன்னு சொல்லி இரண்டு நாட்கள் ஓடி விட்டன. ஜெயந்த் ஏன் இன்னும் பேசவில்லை? உடலிலும் மனதிலும் அந்த பாரம், மௌனம், அது தந்த இறுக்கம் ஊருகிற கம்பளிப் பூச்சி போல. முந்திய நாள் மகேஷின் கேள்விக்கு பழைய பதிலைத்தான் அந்த மருத்துவர் தந்திருந்தார். ஒரு மயிரிழை வெளியில் கை தப்ப இருந்த ஜெயந்தை இறுகப் பிடித்திருப்பதாகத்தான் சுமதிக்குத் தோன்றியது. மிகப் பெரிய வீழ்ச்சியிலிருந்து தப்பித்து இன்னமும் அதன் நினைவுகள் தரும் அதிர்விலும், நடுக்கத்திலும் அவள் நடமாடிக் கொண்டிருந்தாள். வசந்தைச் சமாளிப்பது வேறு சவாலாகவே இருந்தது. இந்தக் களேபரத்தின் எந்த வரியை அந்த பிஞ்சு உள்ளம் பற்றிக் கொண்டது என்று அவளுக்குப் புரியவில்லை. காலில் அடி; களத்தில் அது சாதாரண சாத்தியம். ஆனால் அறுவை சிகிச்சை செய்ய வேண்டிய அளவுக்கு அடி. ஒரு முறையல்ல; இரண்டு முறை. ஒரு வேளை "நோ நோ" என்று ஓங்கிக் கூக்குரலிட வேண்டும் போலிருந்தது அவளுக்கு. சர்மா தேறியிருந்தார். ஆனால் முகத்தின் இருள் முற்றிலுமாய் மறைந்திருந்தது என்று சொல்லுவதற்கில்லை. அவளுடன் பேசுவதையும் அவர் தவிர்ப்பது போல் இருந்தது. கடைசியாக ஒரு முடிவுக்கு வந்திருந்தாள். அடுத்த முறை தானே அந்த மருத்துவரிடம் பேசுவது என்று தீர்மானித்திருந்தாள். மகேஷும் "யெஸ் அண்ணி. யூ ஷுட்" (நீங்கதான் பேசணும்னு) வலியுறுத்தியிருந்தான். இதற்கிடையில் ஜெயந்த் பங்கேற்றிருந்த அந்த களம் கைகலப்பு என்ற நிலையிலிருந்து ஓரளவு யுத்தமாக வலுத்து பத்திரிக்கைகள், ஊடகங்கள் மற்றும் பொது ஜன பேசு பொருளாய் உருமாறியிருந்தது. இரண்டு தரப்பிலும் உயிர், பொருள் என்று இழப்புகள் அதிகரித்திருந்தன. களத்தில் வெடிகளின் புகை நாற்றம் நாசிகளை அரிக்க தேசபக்தியெனும் பிரவாகத்தில் இரண்டு தேசியங்களுமே ஆர்ப்பரித்து மூழ்க

ஆரம்பித்திருந்தன. சுமதியின் தகப்பனாருக்கு அந்த விதத்தில் ஜெயந்தின் படுக்கை பெரிய ஆறுதலாயிருந்தது.

சர்மாவின் நண்பர்கள், சில ஊர்ப் பெரியவர்கள் அறுபத்திரண்டு மாதிரி இது களேபரம் ஆகித்தான் முடியும். ஜெயந்துக்கு நிச்சயமாய் ஒரு பெரிய அங்கீகாரம் கிடைக்கும்; விருது நிச்சயம் என்றெல்லாம் பேச ஆரம்பித்து விட்டனர். சுமதி முற்றிலுமாய் இந்த ஆரவாரங்களிலிருந்து ஒதுங்கிக் கொள்ளவும், தவிர்க்கவுமே விரும்பினாள். இழப்பின் விலை என்னவென்றே இன்னும் முழுதாய் தெரியவில்லை. அதற்குள் பாதிக்கப் பட்டவர்களின் வலி புரியாமலே, அறியாமலே, அதைப் பொருட்படுத்தாமலே அந்த இழப்பை உயர்த்துகிற, கொண்டாட முனைகிற அவசரம் - அவளுக்கு அது புரியவில்லை. எரிச்சலூட்டுவதாகவே இருந்தது. இடையில் ஒரு நாள் மாலை கோயிலுக்குப் போய் திரும்புவதற்குள் குறுக்கிட்ட ஜெயந்த் குறித்த சேம நல விசாரணைகள் சுமதிக்கும் ஜெயந்துக்கும் கோயில் கட்ட முனைகிற அளவுக்கு- அனுதாபமாய் அல்ல - அது ஆக்ரமிப்பாகவே இருந்தது.

யுத்தம் எங்கோ நடக்கிறது; பல நூறு மைல்களுக்கப்பால் - காடுகளில், பனி சொரியும் மலைச் சரிவுகளில், வனாந்தரங்களில். காற்றிலும், மழையிலும், கடுங்குளிரிலும், எரிக்கும் வெயிலிலும் வீரர்கள் பொருதுகிறார்கள், போராடுகிறார்கள், மரிக்கிறார்கள். தாய் இழந்த மகனாக, மனைவி இழந்த கணவனாக, பிள்ளைகள் இழந்த தகப்பனாக உறைகின்ற சோகம் அந்தப் பகையின் புகையில் தேசம் காத்த வீரனாக விரிந்து மலர்ந்து மறைகின்றது. அவர்கள் நாயகனாவது தேசத்தின் குடிகளுக்கு; அவர்கள் விட்டுப் போன குடும்பங்களுக்கு? ஒரு வேளை யுத்தம் ஸ்டாலின்க்ராட், வியட்நாம் போல வீதிகளுக்குள் இறங்கி வந்தால் இன்றைய சமூகமும் தேசமும், அதை எப்படி எதிர் கொள்ளும்? பாதிப்பின் மையத்தில் நின்றுகொண்டு மிகவும் அந்நியப்பட்ட சிந்தனை போல் தோன்றினாலும், சுமதிக்கு சமூகத்தின் சில மதிப்பீடுகள் காலமும் களமும் சார்ந்தவை என்பதில் சந்தேகமிருக்கவில்லை. இப்படியான மனப் போராட்டங்களுக்கு மத்தியில் ஜெயந்தின் அந்த ஆழமான அன்பின் ஸ்வரத்திற்காய் அவள் காத்திருந்தாள்.

மறு நாள் காலையில் தொலைபேசி அழைத்தது. வசந்தின் விளையாட்டைக் கவனித்துக் கொண்டிருந்தவள் எழுந்து எடுத்தாள். இவளுடைய "ஹலோ"வுக்கு - அவளாலேயே நம்ப முடியவில்லை. மறு முனையில் ஜெயந்தின் "ஹலோ" "ஹேய் ஹவ் ஆர் யூ?"

என்று ஆர்ப்பரித்தான். "ஓ மை" – அதற்கு மேல் அவளுக்கு வார்த்தை வரவில்லை. தொண்டை அடைக்க "எப்டி – எப்டி இருக்கீங்க?" என்றவள் மறுபடி அடக்க மாட்டாமல் அழ ஆரம்பித்தாள். "நோ, நோ திஸ் இஸ் நாட் மை பார்ட் - மை டியர்" என்றவன் "ஸ்டாப் இட்; நான் நல்லா இருக்கேன். இன்னும் அஞ்சு அல்லது ஏழு நிமிஷம்தான் பேச முடியும். அழாத." அதற்குள் அம்மாவின் அசைவுகளைக் கவனித்த வசந்த் ஓடி வந்து அவள் கால்களைக் கட்டிக் கொண்டான். டக்கென்று கீழே உட்கார்ந்து கண்களைத் துடைத்துக் கொண்டு " இந்தாங்க - ஒங்க பையன்ட்ட பேசுங்க" என்று அவன் காதருகில் வைக்க "ஹேய் மை சன் எப்டி இருக்க? என்ன பண்ற?" என்று தொண்டை சற்று நெகிழ, வசந்த் "அப்பா எங்க இருக்கீங்க? எப்ப வருவீங்க? சீக்கிரம் வாங்க. அம்மா பார்க் கூட்டிட்டு போக மாட்டறாங்க" என்று முறையிட ஆரம்பித்து குதிக்க ஆரம்பித்தான். "அப்பா வந்துருவேன் சீக்கிரம். அம்மாவைப் பேசச் சொல்லு" எனவும் இப்பொழுது அவள் தெளிவாகப் பேசினாள். "எப்டி இருக்கீங்க? உடம்பு எப்டி இருக்கு? நீங்க ஓகெ ஓகேன்னு சொன்னாங்களே ஒழிய - அப்பா ஒரு பெரிய பாரம் கொறஞ்சுது. இந்த நிமிஷம் வரை நான் போராடிக்கிட்டுதான் இருந்தேன்." இதற்குள் அரவம் கேட்டு சர்மா வந்திருந்தார். கண்ணாடியைக் கழற்றி கண்களைத் துடைத்தபடியே சுமதியிடமிருந்து ரிஸீவரை வாங்கினார். வசந்தைத் தூக்கி முத்து முத்தென்று முத்தி விட்டு சுமதி சர்மா பேசுவதைக் கவனித்தாள். " நல்லா இருக்கல்ல? ஈஸ்வரா, பெரும் பாடு ஆயிருச்சுப்பா. எப்ப வர்ற? என்ன நிலவரம்? காயம் ரொம்ப பலமா? இத வச்சு டிஸ்சார்ஜ் வாங்கிரலாமா? வாங்கப் போறியா?" கேள்விகளை அடுக்கிக் கொண்டே போனார் சர்மா. ஜெயந்த் லேசாகச் சிரித்துக் கொண்டே "பொறுங்கப்பா. யோசிப்போம். டிஸ்சார்ஜ் இருக்கும்னுதான் நெனக்கிறேன். மகேஷ் எப்டி இருக்கான்? இப்ப பேசிட்டன்ல. இனிமே அவரவர் வேலைய பதட்டமில்லாம பாருங்க.. ஐ ஆம் குயட் ஒகே. ஆஸ்பிட்டல்லேர்ந்து எப்ப டிஸ்சார்ஜ் எல்லாம் இப்ப சொல்ல மாட்டாங்க. காயம் ஆர்றதுக்கு நாட்கள் ஆகும் போலத் தெரியுது. அதப் பத்தில்லாம் எதுவும் சொல்லல. ஆறு நாள் கழிச்சு இன்னைக்குத்தான் பேசவே விட்ருக்காங்க. சோ, கொஞ்சம் பொறுங்க." என்றவன் சுமதியிடம் கொடுக்கச் சொன்னான். "ஓகே, நானே ரெண்டு அல்லது மூனு நாளைக்கொருமுறை கூப்ட்றேன். தைரியமாய் இருக்கனும்.ஐ மிஸ் யூ அன்ட் மை சன். டூட்டி வேற. சும்மா உக்கார்றது வேற. சாப்டலேன்னா இங்க டாக்டரே அடிப்பார். அதயும் இண்டிசிப்ளின்னு

சொல்றாங்க. அதுனால நீ எப்பவும் போல சாப்பிட்டு உற்சாகமா இரு. இனிமேதான் நமக்கு வேலைகள் இருக்கு. சரி வைக்கிறேன். மகேஷை கொஞ்சம் சீரியஸா படிக்க சொல்லு, வைக்கட்டா? நாள மறு நாள் இதே நேரம் கொஞ்சம் முன்ன பின்ன கூப்டுவேன். மகேஷை இருக்கச் சொல்லு. பை. ஓகே" "ஹும். யெஸ். பத்ரம். இங்க வேற ஒன்னும் இல்ல. "பை, பை." எனவும் ஜெயந்த் "பை" சொல்லி இணைப்பை துண்டித்தான்.

சுமதி பூஜையறைக்குள் வசந்துடன் நுழைந்த போது சர்மா தொலைபேசியில் தன் நண்பரை அழைத்தார். பத்து நாள் பாரம் இறங்கி தலை சற்று லேசானது போல. ஆறுவதற்கு நாட்கள் ஆகும் காயம் என்றால் , மிகப் பலமாய் – ஒரு கணம் யோசித்தார். எதானாலும் எது போனாலும் அவன் இருக்கிறான். ஈஸ்வரா என்று தேற்றிக் கொண்டார். பூஜையிலிருந்து வெளியே வந்த சுமதி "என்ன சொன்னார் மாமா?" எனவும் "வர நாளாகுங்க்றான். இப்போதைக்கு ஆஸ்பத்ரிலேர்ந்து டிஸ்சார்ஜ் பத்தில்லாம் டாக்டர்ட்ட கேக்க முடியாதுங்க்றான்" என்று நிறுத்தினார்.

"எதுன்னா என்ன மாமா? தொண்டையும் குரலும்தான் வீக்கா இருந்த மாதிரியெயொழிய அவர் உற்சாகமும் நிதானமுமா அப்டியே பேசினாரே மாமா. அது போதும். இனிமே நாமதான் தைரியமா இருக்கணும். நாளான்னக்கி இதே நேரம் கூப்ட்றேன்னார். மகேச இருக்கச் சொன்னார்." என்றவளிடம் தலையை ஆட்டிக் கொண்டே நண்பரின் வருகையை எதிர் பார்த்த வண்ணம் தம் வராந்தா ஆசனத்தில் அமர்ந்தார். வாசலை ஒட்டி இருந்த வேம்பு காற்றில் அசைந்து சரசரவென்று தன் பழுத்த இலைகளை உதிர்த்துத் தள்ளியது. தரையெங்கும் விடை பெற்ற ஆயுளின் சித்திரக் கோலமாய் பழுத்த மஞ்சள் இலைகள் காற்றில் சிறிது எழுந்து சிலிர்ப்பதும் பின் தரையில் புரள்வதுமாய் உறவாடிக் கொண்டிருந்தன. பேரனுக்கு சர்மா பீப்பி செய்து கொடுக்கும் கனத்த பூவரச மரத்திலிருந்தும் இலைகள் உதிர்ந்த வண்ணமிருந்தன. இரண்டு மூன்று இலைகள் மரத்திற்கு விடை கொடுக்காமலும் தரையைத் தஞ்சமடையாமலும் கிளைகளின் நுனியில் தொங்கிக் கொண்டு ஒரு அந்தர ஆட்டத்தில்.

சர்மா கண்ணாடியைக் கழற்றி துடைத்துக் கொண்டார். வாசற் கதவைத் திறந்து நண்பர் உள்ளே வந்து கொண்டிருந்தார்.

21

சொல்லியபடி ஜெயந்த் அழைத்தான். அவன் நலம் விசாரிக்க சுமதியின் அப்பா, சர்மாவின் நண்பர், இவர்களோடு சுமதி, வசந்த், சர்மா, மகேஷ் என ஒரு குடும்ப கமிட்டி போல. எல்லோருக்கும் சட் சட்டென்று நன்றி சொல்லி விட்டு சுமதியிடமும், மகேஷிடமும் சாத்தியமான உத்தேசத் திட்டத்தை சொன்னான். வசந்த் அப்பாவிடம் டேங்க் பொம்மை வேண்டுமென்றான். சுமதியின் அப்பா அவன் வந்தவுடன் குல தெய்வத்திற்கு செய்ய வேண்டிய எல்லா நேர்ச்சைகளுக்கும் ஏற்பாடு செய்துவிட்டதாகச் சொன்னார். சர்மாவிடம் "அநேகமாய் சுமதியும், வசந்தும் இங்கு வருவதாய் இருக்கும். நான் மகேஷிடமும் சுமதியிடமும் சொல்லிருக்கேன். எப்டியும் தீபாவளிக்கு நாம எல்லாரும் ஊர்ல இருப்போம்னு நெனக்கிறேன்" என்று முடித்தான். "தீபாவளியா? மொத்தமா இன்னும் நாலு மாசத்துக்கும் மேல இருக்கே" என்று தனக்குள் யோசித்துக் கொண்டிருந்தார் சர்மா.

பல விஷயங்களையும் கணக்கிலெடுத்துக் கொண்டு, இருப்பதற்குள் நடைமுறைச் சாத்தியமான அனுகூலமான ஒரு ஏற்பாட்டுக்கு ஜெயந்த் முடிவெடுத்திருந்தான். அந்த முடிவை முதலில் சுமதியை தயாராயிருப்பதற்கு சொல்லிவிட்டு, அடுத்த முறை அவளுடைய புறப்படும் தேதி, பயண ஏற்பாடுகள், உடன் எடுத்து வர வேண்டிய ஒரு மூன்று மாத குடித்தனத்துக்கு தேவையான அடிப்படை அத்தியாவசியங்கள் எல்லாவற்றையும் சொல்லிவிட்டான். ஜெயந்திடம் எவ்விதத் தடங்கலும் சொல்லாமல் "நான் பாத்துக்கறேன்; வந்துருவேன்" என்று சொல்லிவிட்டு சுமதி மனதளவில் தாயாராகி விட்டாள். சர்மாதான் "அப்டியா? அங்கதான் சரிப்பட்டு வருங்கிறியா? சரி. வீட்டு விஷயம்லாம் உறுதி பண்ணிட்டுச் சொல்லு. அதான் சரியாயிருக்கும்" என்று சொல்லி இந்த யோசனைக்கு பட்டும் படாமலும்தான் ஓகே சொன்னார். ஜெயந்த் பேசி முடித்ததும் மகேஷ் தீர்மானமாக ஜெயந்தின் யோசனையில் இருக்கும் சாதகங்களை அவரிடம்

அழுத்திச் சொல்லி அவருடைய அரை குறைத் தயக்கங்களையும் கலைத்து விட்டான். சுமதியின் அப்பாவோ “மாப்ள என்ன சொல்றாகளோ? அதான். அவங்களுக்குத் தெரியாததா?” என்று உடனே ஆமோதித்து விட்டார். ஆனால் பேரன், மகளின் தனியான பயணம் மட்டும் ஒரு தந்தையின் கவலையாக வந்தது. ஜெயந்தின் திட்டத்தின் தேவைக்கான நிர்ப்பந்தம் சிறிய மனம் கலங்கும் பாரத்துடன் ஏதோ பொறி தட்டுவது போல அவளுக்குப் புரிந்தாலும் அதை சர்மாவுடனோ வேறு யாருடனுமோ விவாதிக்க அவள் தயாராயில்லை. தலைக்கு வந்தது தலைப்பாகையோடு போன மாதிரி ஜெயந்த் ஜீவனோடு தப்பியிருக்கிறப்ப உற்சாகமாய் நடக்க வேண்டிய வேலைகளைப் பார்க்க வேண்டுமே அல்லாமல் வேறு எதையும் போட்டுக் குழப்பக் கூடாது என்பதில் உறுதியானாள்.

“நடக்றதுதான் நடக்கும்; போகறது போகத்தான் செய்யும். மாப்ள என்ன நெலவரத்துல வந்தாலும், அடி பட்டாலும் மக தாலி நெலச்சதே பெரிய விஷயம்லா” என்று தன்னைத் தானே தேற்றிக் கொண்டார் சுமதியின் அப்பா. மகளுடன் தனியாக இருக்கும் போது “ ஆண்டவன் புண்யத்லயும் ஒங்கம்மா ஆசிர்வாதத்துலயும் பெரிய விக்னத்லேர்ந்து வெளிய வந்துட்டோம்மா. இவ்வளவு நாள் நீ இந்தக் குடும்பத்தக் கொண்டு போனதவிட அங்க நீயும் மாப்ளயும் இருக்றப்பதான் ஒனக்கு ரொம்ப தைரியமும் பொறுமையும் வேணும். ஒன்னயும் பேரனையும் பாத்தவுடனே மாப்ள தெம்பாயிருவாரு. அதே நெலயில அப்டியே பிடிச்கிக்கிட்டு ஒன் தைரியத்ல அவர் இன்னும் உற்சாகமாகி சீக்கிரமா மூணு பேரும் இங்க வந்துறணும். அங்க போய் அவரைப் பாத்துட்டு கண்ணக் கசக்றதுக்கெல்லாம் ஒனக்கு நேரமிருக்காது; அது தேவையுமில்ல. எல்லாம் கடவுள் நடத்துவார். நான் சொல்றது புரியுதா?” பாதி அதட்டலும் மீதி பாசமுமாய் மகளுக்கு கட்டளையிட்டார்.

“ஒரு பிரச்சினையும் இல்லப்பா. ஏன் இவ்வளவு நீட்டிச் சொல்றீங்க? நான் அவர்ட்டதான போறேன். அப்புறம் என்ன? நீங்க சொல்றதுதான். அவர எனக்கு தந்த அந்த தெய்வம் இன்னும் எல்லாத்தையும் எனக்குத் தாராதா என்ன? நீங்க தைரியமா இருங்க. ஃப்ளைட் மூனு மணி நேரம்தான். அப்றம் அங்க ஏர்போர்ட்லயே ஜீப்ல வந்து கூட்டிக்குவாங்கன்னு சொல்லிட்டாங்க. நான் போய் இறங்கறதுக்குள்ள வீடும் ரெடியாயிரும். அப்றம் என்ன? எவ்வளவு

சீக்கிரம் முடியுமோ அவ்வளவு சீக்கிரம் வந்துருவோம்ப்பா'' என்று மனதில் இருப்பதை தகப்பனுக்குச் சொல்லி உற்சாகப் படுத்தினாள். "யாரு பெத்த புள்ளம்மா நீ? அப்டியே அவள உறிச்சு வச்சிருக்கியே?'' என்று மனதில் உறங்கும் தன் மனைவியின் நினைவை மறுபடியும் தாலாட்டிக் கொண்டார்.

மருத்துவமனையிலிருந்து நேராக வீட்டிற்கு வராமல் தன்னை அங்கு வரச் சொல்லும்பொழுதே சுமதி சுதாகரித்துக் கொண்டு எந்த நிலவரங்களுக்கும் தன்னைத் தயாராக்கிக் கொண்டாள். சிறிதளவு அவள் தயங்கினாலும், அடுத்த நொடியே மற்றவர்கள் ஜெயந்தின் திட்டத்தை மறு பரிசீலனை செய்யச் சொல்லி அவனை அலட்ட ஆரம்பித்து விடுவார்கள். அவனுடைய திட்டம் என்னவோ தீர்மானம் எதுவோ எல்லாவற்றையும் அது குலைத்துவிடும் என்பதால் அவள் அதற்கு இடம் தரவேயில்லை. மருமகளின் உறுதி, பரபரக்காமல் தன் அசைவுகளிலேயே அன்பையும் ஆளுமையையும் அள்ளித்தருகிற ஒரு தாய்மையின் இருத்தல் – இதையெல்லாம் அருகிலிருந்து உணர்ந்திருந்த சர்மாவுக்கு ஜெயந்த் சொல்லியபின், அவள் பயண ஏற்பாடுகளில் மும்முரமாகியது ஒன்றும் புதிதாகவோ புதிராகவோ தெரியவில்லை. ஜெயந்தின் யோசனையை மகேஷும் அழுத்திச் சொல்லிய பிறகு அதை நிராகரிப்பதற்கான எந்த காரணங்களும் இருந்ததாகவும் அவருக்குத் தெரியவில்லை. சுமதியைப் பொறுத்த மட்டும் சாதகமோ பாதகமோ – இரண்டும் இல்லாமல் எவருடைய நாட்களும் ஓடிமுடிவதாக அவளுக்குத் தெரியவில்லை. யுத்தமும் விபத்தும் பாதகம் என்றால் அதில் ஜெயந்த் தப்பித்துப் பிழைத்தது எவ்வளவு பெரிய சாதகம். இந்தச் சாதகத்திலும் ஏதேனும் பாதகம் என்றாலும் அதையும் ஏற்றுக்கொண்டு முன்செல்வதுதான் மிச்சமிருக்கிற நாட்களை நம்பிக்கையுடன் நடத்திச் செல்ல உதவும் என்பதில் உறுதியாகியிருந்தாள்.

உள் நோயாளி என்ற நிலையிலிருந்து வெளி நோயாளியாக, மருத்துவமனையின் கண்டிப்பு, கட்டாயம், கவனிப்பு,கரிசனை, மெல்லிய டெட்டால்கலந்த காற்று நெடி, சுத்தம், சுகாதாரம் ஆகிய சூழ்நிலை அழுத்தங்களிலிருந்து வெளியே வந்தாலே இன்னும் உற்சாகமடைய முடியும் என்பது ஜெயந்துக்குப் புரிந்தது. இவனைக் கவனித்துக் கொண்டிருந்த மருத்துவரும் அதை ஆமோதித்தார். குறைந்தது இன்னும் இரண்டு மாத காலத்திற்கு ஆறிக் கொண்டிருக்கும் அந்த ரணம் அவருடைய நேரடிக் கண்காணிப்பில்

இருக்க வேண்டும் என்ற அவருடைய அபிப்ராயத்தை அவனுடைய மருத்துவ ஆவணங்களில் அவர் உறுதியாகப் பதிவிட்டிருந்தார். தவிரவும் இப்படியே புறப்பட்டுப் போய் முழுக் குடும்பத்தையும் உடனே தன்னைச் சுற்றி வருகிற மாதிரி செய்வதும் அவனுக்கு உடன்பாடில்லாமல் இருந்தது. சுமதியின் மேல் அவனுக்கு முழு நம்பிக்கை இருந்தது. இந்தச் சிறிய வயதில் வாழ்வின் மிகப் பெரிய ஏற்ற இறக்கங்களை, இழப்புகளைச் சந்தித்து தன்னை நிறுத்திக் கொண்டவள். விசாரித்ததில் கண்டோன்மென்ட் வீடுகள் காலியாகி இருந்ததும் அதைப் பெறுவதில் சிரமங்கள் இல்லை என்பது உறுதியானதாலும், மருத்துவரும் இவனை வெளிநோயாளியாகப் பார்ப்பதற்கு அனுமதியளித்ததும் ஆகிய இந்த எல்லாச் சாதகங்களும் சேர்ந்ததில் ஜெயந்துக்கு இந்த யோசனை சரியென்று தோன்றியது. எல்லாவற்றுக்கும் மேலாக சுமதியுடனான தனியான உற்சாகமான அருகிருப்பும், வசந்தின் ஆரவாரமும் தன் காயங்களை சீக்கிரமாக ஆற்றி விடும் என்பதாலும் ஒரு புதிய அத்தியாயத்தின் துவக்கத்தை இருவருமாய் நிதானித்து திட்டமிட்டு ஆரம்பிக்கவும் அனுகூலமாக இருக்கும் என்பதாலும் ஜெயந்த் தன்னுடைய மூன்று மாத பஞ்ச்குலா கண்டோன்மென்ட் வாழ்க்கைக்குத் தயாரானான்.

திட்டமிட்டபடி மூன்று மாத தற்காலிகத் தாம்பத்யத்திற்கு அவசியமான குறைந்தபட்சத் தேவைகளுடனும், ஜெயந்தின் புத்தகத் தேர்வுகள், வேளாண்மைக் குறிப்புகளுடனும், வசந்துடன் ஜெயந்த் மருத்துவமனையில் அனுமதிக்கப்பட்டு ஒரு மாதம் ஓடியிருந்த நிலையில் சுமதி புறப்பட்டாள். ரெயில் நிலையத்தில் குல தெய்வம் பிரசாதத்துடன் அப்பா வழியனுப்பினார். “சொன்னதெல்லாம் ஞாபகம்” என்று சொல்லி பேரனைத் தூக்கி முத்தமிட்டு அவளிடம் கொடுத்தார். சென்னை விமான நிலையம் வரையிலும் சர்மா உடன் வந்தார். ட்ராலியின் மேல் ஏறி அமர்ந்து உற்சாகமாய் டாட்டா சொன்ன பேரனை மெல்லிய நீர் திரையிட்ட கண்களுடன் முத்தம் கொடுத்து “எல்லாம் பாத்து பகவான வேண்டிக்கிட்டு கவனமா செய்ம்மா. ஒன்னால எதையும் தைரியமா செய்ய முடியும்ங்ற நம்பிக்கைலதான் அனுப்புறேன். வாரம் ஒரு தடவை ஃபோன் பன்னு. பணம் காசு ஒண்ணும் யோசிக்க வேண்டாம். எப்பன்னாலும் என்னக் கூப்பிடு. அப்பாட்டயும் பேசு. போய் அவனைப் பாத்ததும் ஃபோன் பண்ணு.” என்று சொல்லி அனுப்பினார். வசந்த் ஓடு தளத்தில் ஏறி இறங்கும்

விமானங்களின் பிரமிப்பில் ஆழ்ந்திருக்கையில், சுமதி திடுமென்று இப்படி வீட்டிலிருந்து பிடுங்கப் பட்டு எங்கோ வட இந்தியாவில் தன் பிரிய ஜெயந்துடன் தாபரிக்க வேண்டிய தன் பயணம் குறித்து யோசித்தவளாய் காத்திருந்தாள். ஆரம்ப விகசிப்பு முடிந்து "நம்ம ப்ளேன் எப்ப வரும்மா?" என்று வசந்த் நச்சரிக்க ஆரம்பித்திருந்தான்.

அந்த மூன்று மணி நேர காற்றுவெளிப் பயணத்தில் ஒரு மணி நேரம் உறங்கியது போக வசந்த் தன் தேடலின் கேள்விகளால் இவளைத் துளைத்துக் கொண்டிருந்தான். கண்ணாடி வழி தெரியும் மேகத் துகள்களை பிடிக்க முடியாதா? அந்த பயணத்தின் சாரதிகள் ஏன் கதவை மூடிக் கொண்டு உள்ளே இருக்கிறார்கள்? மேகத்துக்கு ஊடேயே அப்பாவின் ஊருக்கு அவர்களுக்கு எப்படி வழி தெரியும்? மின்னணு சமிக்ஞைகளால் வரையப் படும் வான வீதியைப் பற்றி அவனுக்கு எப்படி புரிய வைக்க முடியும்? இப்படியொரு பயணம் இந்த நாட்களில் வாய்த்தது எப்படி என்பது அவனுக்கு பிடிபடாமலிருப்பது போலவே? இப்படியாக பயணத்தில் அநேகமாக அவளை ஜெயந்த் பற்றி அதிகம் யோசிக்கவே விடாமல். ஓடு தளத்தில் விமானம் இறங்கி தீவிரித்து வேகம் குறைந்த போது "வந்துட்டோமாம்மா? அப்பா எங்கே?" என்ற வழக்கமான பரபரப்பு. பயணிகளின் உடைமைகளை இழுத்துச் சுற்றி வரும் தானியங்கி தளத்திலிருந்து அவள் சூட்கேஸை எடுத்ததை இமை தட்டாமல் வசந்த் உள் வாங்கிக் கொண்டிருந்தான்.

ட்ராலியுடன் வெளியே வந்த சுமதியை ஒரு மெல்லிய குளிர் காற்று உடல் தழுவி வரவேற்றது. வசந்த் தன் இரு கைகளையும் எடுத்து தன் கழுத்துக்குள் வைத்துக் கொண்டு சிரித்தான். வெளியே வந்து ஒரு பத்தடி வருவதற்குள் இராணுவப் பச்சை சீருடை மத்திய வயது நபர் உயர்த்திப் பிடித்திருந்த அட்டையில் ஆங்கிலத்தில் "சென்னையிலிருந்து திருமதி. சுமதி, *W/o* மேஜர் ஜெயந்த்" என்ற வாசகங்களுடன் நின்றிருந்தவர், தன் கையில் ஜெயந்த் கொடுத்திருந்த சுமதி - வசந்த் புகைப்படத்தை ஒரு முறை பார்த்துவிட்டு அவர்களை நோக்கிக் கையசைத்தார். "குட் ஆஃப்டர்நூன், மேடம் – வெல்கம் டு பஞ்சகுலா" என்று கூறி ட்ராலியை வாங்கிக் கொண்டார். சுமதி, வசந்த் அவர்களுடைய உடைமைகளையும் ஏற்றிக் கொண்டு அந்த ஜீப் விமான நிலையத்தை விட்டு வெளியே வந்து நிதானமான வேகத்தில் அந்த நகரின் சாலைகளில்

முன்னேறியது. ஒரு அரை மணி நேரப் பயணத்திற்கு பின் பரந்து விரிந்த சீராக வடிவமைக்கப்பட்டிருந்த அந்த பெரிய வளாகத்திற்குள், நீண்டு உயர்ந்து வியாபித்திருந்த ஒரு நாலு மாடிக் கட்டிடத்தின் பிரதான போர்ட்டிகோவைத் தவிர்த்து, அந்த கட்டிடத்தின் முழு நீளத்திற்கு இடது புறம் சுற்றி வந்து மருத்துவமனையின் அந்த பிரதான கட்டிடத்தின் பின்னால் அமைந்திருந்த மூன்று நான்கு இரண்டு மாடிக் கட்டிடங்களில் ஒன்றை நோக்கி அவர்கள் வாகனம் விரைந்தது.

நீண்ட தாழ்வாரமும், அதன் பின் வரிசையான கதவுகளும், கட்டிடத்தின் முன் முறையாக கவனமாகப் பராமரிக்கப் பட்டிருக்கும் புல்வெளிப் படுகைகளும் மலர்ச் செடிகளுமாக. அதன் பெரிய வாசலுக்கு சற்று முன்பாக ஜீப் நின்றது. அந்த ஜவான் “இங்கதான் மேடம். இறங்குங்கள்” என்று ஆங்கிலத்திலும் ஹிந்தியிலுமாகச் சொன்னார். இறங்கினாள். வலது கையை பிடித்தபடி இறங்கி அந்த புதிய பூமியை அளவிட்டுக் கொண்டிருந்த வசந்த், சட்டென்று அவள் கைகளைத் தட்டி விட்டு “டாடி” என்று கூவி நாலு கால் பாய்ச்சலில் ஓடிய போதுதான், சுமதி அந்த சக்கர நாற்காலியில் அதே கம்பீரமான புன்னகையுடன் அமர்ந்து அவளை நோக்கி உற்சாகமாய் கையசைத்த ஜெயந்தைக் கவனித்தாள். கையை உயர்த்தியவள் ஒரு நிமிஷம் அதிர்ந்து உறைந்தாள். சட்டென கண்களில், முட்டிய நீரைத் தன் துப்பட்டாவினால் துடைத்துக் கொண்டு படபடத்து அவனை நோக்கி விரைந்தாள். அருகில் வந்தவள் வாயில் வார்த்தைகள் இல்லை. அவன் கையைப் பற்றி தோள்களை வருடிய போது “ஹேய் என்ன? ஐ ஆம் வெரி மச் ஹியர்” என்று அவள் கைகளைப் பற்றி உலுக்கி உற்சாகப் படுத்தினான். இவளுக்கு முன் ஓடி வந்திருந்த வசந்த் நாற்காலியில் ஏறி ஜெயந்தின் மடி அமர்ந்து கழுத்தை கட்டிக் கொண்டு தன் தலையால் ஜெயந்தை மோதுவதும் பின்னிழுப்பதுமாக. சுமதியின் உடைமைகளை ஜெயந்தின் அறையில் வைத்துவிட்டு வந்த அந்த ஜவான், ஜெயந்தின் நாற்காலியை தள்ள முன் வந்த போது சுதாகரித்த சுமதி “தேங்க்யூ” சொல்லி விட்டு ஜெயந்தின் அந்த தற்காலிக வாகனத்தை திருப்பி சாய்தளத்தில் ஏற்றி தாழ்வாரத்திற்குள் நுழைந்தாள். ஜெயந்த் வழி காண்பிக்க, அவனுடைய அறைக்குள் மூவரும் நுழைந்தார்கள். எதிர்ப்பட்ட ஒரு செவிலியர் ஜெயந்திடம் “ஃபேமிலி?” என்று கேட்டுவிட்டு சுமதிக்கு ஒரு “ஹை” சொல்லிவிட்டு விரைந்தாள். அறை வாசலுக்கும் முன்பாகவே

வசந்த் நாற்காலியிலிருந்து கீழே இறங்கி விட்டான். இன்னும் சில நாட்களுக்கு வசந்தும் அந்த நாற்காலிக்குச் சொந்தம் கொண்டாடுவான் என்பது அவளுக்கு உரைத்த போது அவளையும் அறியாமல் ஒரு மெல்லிய நகை அவள் முகத்தில், படர்ந்து மறைந்தது. வசந்த் அந்த அறையை அளவெடுத்துக் கொண்டிருந்தான். வெளியே வாசலில் வந்து மெல்லிய பரபரப்பில் இயங்கிக் கொண்டிருக்கும் அந்த தாழ்வாரத்தைக் கவனித்தான். “ஒரு அறைதானாப்பா?” என்று கேட்டுக் கொண்டே ஜன்னல் அருகே சென்றான். அவன் உயரத்திற்கு ஜன்னல் வழி தரிசனம் கிடைக்காத ஏமாற்றத்துடன் திரும்பினான். “இன்னும் ரெண்டு நாள்ல நம்ம வீட்டுக்குப் போயிருவோம்ப்பா” என்று ஜெயந்த் சொல்லவும் வசந்த் மறுபடியும் வாசலுக்குச் சென்றான்.

ஓரத்திலிருந்த நாற்காலியை ஜெயந்தின் நாற்காலிக்கு எதிர்குறுக்காகப் போட்டுக் கொண்டு அவன் கையைப் பிடித்தவள் தலை கோதி விட்டாள். “ரொம்ப வலி இருந்ததா?” என்று கேட்கும் போதே குரல் கம்மி அமைதியாக தோள் குலுங்கி அழ ஆரம்பித்துவிட்டாள். அவள் தோள் மீது கை வைத்து தட்டிக் கொடுத்து “எவ்வளவு நேரம் வலி? எப்ப அதீத வேதனையில் மரத்துப் போய் உணர்வற்ற நிலவரம்? எப்பொழுது சரியான நினைவு? எப்பொழுது அது தப்பி கனவும் நினைவுமாய்? எது விழிப்பு? எது உறக்கம் என்று தெரியாமல் எல்லாம் ஏதோ ஒரு புகை மண்டிய பழைய ஓவியம் போல? எதுவும் எனக்கு இப்ப சரியா திரும்ப சொல்ல முடியாது. ஆனா இப்ப மறுபடியும் உன் முன்னால் ஏதோ ஒரு குகைக்குள்ளிருந்து எழுந்து வந்தது போல” என்று சொல்லி அவள் கண்ணீரை அவன் துடைத்த போது அவள் சுதாரித்தாள். “நீ தைரியமாய் இந்த இழப்பை எதிர் கொள்வாய் என்ற நம்பிக்கையில்தான் உன்னை வரச் சொன்னேன். இடது கால் மட்டும்தானே; தொடைக்கும் கீழ்தானே போனது. உயிரா அதுவா என்று பார்த்து இது ஒரு சாத்தியமான மருத்துவத் தெளிவும், தேர்வும், முடிவுமாய். நீயும் நானும் இதில் சொல்வதற்கு எதுவும் இல்லை. காயம் ஆறியவுடன் தொன்னுத்தெட்டு சதவீதம் செயற்கைக் காலுக்குச் சாத்தியம் இருப்பதாகச் சொல்லியிருக்கிறார்கள். அதுனால தைரியமாய் இரு” என்று சொல்லி பெரு மூச்செறிந்தான். “இனிமேதான் நாம தைரியமா தொடர வேண்டிய நாட்கள் இன்னும் நிறைய இருக்கு. நிறைய விஷயங்களை நாம இங்க இருக்கிறப்பவே ப்ளான் பண்ணலாம். உடல் வலி ரணத்தை விட

இந்த தனிமையின் அகோரத்தை நீயும் வசந்தும் இருந்தால் முழுசா விரட்டிறலாங்ற நம்பிக்கையில்தான் உன்னை வரச் சொன்னேன்.

சுமதி சற்று அமைதியாயிருந்தாள். அவன் கையைப் பற்றிக் கொண்டாள். ஜன்னலுக்கு வெளியே காற்றில் அசைந்து சரிந்து இரண்டு மூன்று சிறிய ஊதா மலர்களுடனான அந்தக் கொடியில் ஒரு சிறிய பறவை தன் சிறகடித்து உட்கார முயன்று கொண்டிருந்தது. காற்றும் அதன் வேகத்தில் இறங்கி உயர்ந்து அசையும் கொடியின் ஆட்டமும் சவாலாக. "கட்டில்ல உட்கார்றீங்களா?" என்று கேட்டவளை "இல்ல - இன்னும் கொஞ்சம் கூட நேரமாகட்டும்" என்றான். அப்பாவையும் மகேஷையும் விசாரித்தான்.

அன்று இரவு அந்த தனிமையின் அமைதியில், நீண்ட நாட்களுக்குப் பின்னான அவனுடைய அருகிருப்பில் மறுபடியும் ஒரு முறை பொங்கிக் குமுறி மனதின் சுமை இறக்கி கரைத்துத் தீர்த்தாள். தொடர்ந்து இந்தக் கானகப் பயணத்தில் அவ்வப்பொழுது பாரங்களால், பிரிவுகளால் மனம் கனப்பதும் அதை அவளே கரைப்பதுமான நிர்ப்பந்தம் – இது அவளின் விதியாகிப் போனது போல. தலைக்கு வந்தது தலைப்பாகையோடு போனது போல ஜெயந்தின் இந்த இழப்பின் பின்னடைவில் அதிகமாய் அலட்டுவது அவளுக்கு நியாயமாகத் தெரியவில்லைதான். ஆனாலும் முழுக் குடும்பத்துக்குமாய் அந்த வலியை அவளே சுமக்க வேண்டும். இது ஒன்றும் பெரிய விஷயமில்லை என்பதை மற்றவர்களுக்குப் புரிய வைத்து அதை அவர்கள் கடந்து செல்வதற்கு அந்த எல்லாச் சுமையையும் அவளே ஏற்று அவர்களின் முன்னால் எந்த வலியுமற்ற பாவனையில். வேறு எதற்காகவும் எவருக்காவும் இல்லையென்றாலும் ஜெயந்துக்கும் வசந்துக்குமாகவாவது அவள் இந்தச் சிலுவையைச் சுமந்துதான் இனி பயணிக்க வேண்டும். அதனால் முற்றும் முதலுமாக அந்த ஒரு இரவிலேயே அந்த பாரத்தை அழுது தீர்த்துக் கொண்டாடிக் கரைத்து விட்டாள் சுமதி.

அடுத்த ஒரு வாரத்தில் தங்களுக்கு ஒதுக்கப்பட்டிருந்த குடியிருப்புக்கு மூவரும் ஜாகை மாறினர். அந்த வாரம் முழுதும் அந்த புதிய தாபரத்தை தற்காலிக குறைந்த பட்சத் தேவைகளுடன் தங்கள் இல்லமாக்கும் முயற்சியில் மும்முரமாகியிருந்தாள் சுமதி. வசந்தின் அறிதலின் ஆர்வமும் கேள்விகளும் அதிகமாய் ஜெயந்தையே ஆக்ரமித்திருந்ததால் சுமதியால் மற்ற வேலைகளில் கவனம் செலுத்த முடிந்தது.

22

அடுத்த ஐந்து நாட்களுக்குள்ளாக சுமதி ஜெயந்தையும் வசந்தையும் அந்தப் புதிய இல்லத்துக்கு அதன் சூழ்நிலைமைகளுக்குப் பழக்கப் படுத்தியிருந்தாள். ஜெயந்தைக் கவனிப்பது, வசந்தைப் பராமரிப்பது, சமையல், மாலை மூவருமாய் சிறிது நேரம் சிறு தூரம் அந்தக் குடியிருப்பு பகுதியின் வளாகம் ஒட்டி நீண்டு தொடரும் நடைபாதையில் நிதானமாய் கடந்து வருவது என்று ஒரு அட்டவணை அவர்களைத் தழுவிக் கொண்டது. யுத்தம், தலை நகர் டெல்லியில் தொடரும் மிகப் பெரிதான விவசாயிகளின் போராட்டம், மகேஷ், குடும்ப விஷயங்கள், ஊர் திரும்பி ஜெயந்தின் வேளாண்மை முயற்சிகள், சுமதியின் ஆடை வடிவமைப்பு முயற்சிகளை விரிவாக்குவது இப்படி அவர்கள் இருவருக்கும் விளங்கிக் கொள்ள, விரிவாகத் திட்டமிட என்று விவாதிக்க நிறைந்த விஷயங்கள் இருந்தன. சுமதியும் வசந்தும் ஜெயந்திடம் வந்து சேர்ந்திருந்த பத்து நாட்களுக்குள்ளாக அவர்களுக்கிடையில் கவிந்திருந்த பிரிவின், இழப்பின் இறுக்கம் மெதுவாகத் தளர்ந்து அவர்கள் இயல்பு நிலைக்கு வேகமாகத் திரும்பிக் கொண்டிருந்தனர்.

மஞ்சள் ட்ராயருடன் சிவப்பு டீ ஷேர்ட்டின் மேல் அவன் ஏற்றுக் கொள்ள மறுத்த, முன் பக்கம் முழுதுமாய் திறந்து விடப் பட்ட ஸ்வெட்டருடன் இவர்களை விட்டுத் தள்ளி குடியிருப்பின் சுற்றுச் சுவருக்கு இணையாக நீளமாக க்ரோட்டன்ஸூம், சிறிய மலர் செடிகளுமான புல் படுக்கைகளில் சிறகடித்துக் கொண்டிருக்கும் வண்ணத்துப் பூச்சிகளில் அவனை மிகவும் ஆகர்ஷித்த மலர் விட்டு மலர் தாவிக் கொண்டிருந்த ஒன்றைப் பிடிப்பதற்கு வசந்த் போராடி மும்முரமாய் துரத்திக் கொண்டிருந்தான். மலர், வண்ணத்துப் பூச்சி, வசந்த் - எது, யார், எப்பொழுது இணைகிறார்கள் பிரிகிறார்கள் என்பது பிடிபடாத அந்த கண்ணாமூச்சி விளையாட்டில், தன் சக்கர நாற்காலியில் அமர்ந்தபடி ஜெயந்தும் அருகில் சுமதியும் லயித்திருந்தனர்.

இடையில் ஒருமுறை வழக்கமான பரிசோதனைக்காக மருத்துவமனை சென்றனர். காய நிலவரம், ஜெயந்தின் ஆரோக்யம் குறித்து மிகவும் திருப்தியடைந்த மருத்துவர்; சுமதியிடம் "பத்தே நாள் மேடம். மேஜரின் முகமே பளீர் என்று ஜொலிக்க ஆரம்பித்து விட்டது. க்ரேட்" என்ற போது சுமதியின் முகத்தில் நாண ரேகைகளுடன் துலங்கிய சிரிப்பை ஜெயந்த் ஒரு ஓவியனாய் தன்னுள்ளே வரித்து வைக்கவே முயன்றான். சக்கர நாற்காலியிலும் கட்டிலிலும் இருந்தவாறே ஜெயந்த் முயற்சிக்க வேண்டிய சிறு சிறு உடற் பயிற்சிகளை ஒரு பிஸியோதெரபிஸ்ட் ஆலோசனையுடன் மருத்துவர் அவனுக்கு விளக்கினார். மாத இறுதிக்குள் செயற்கை கால்களின் வடிவமைப்பு மற்றும் அளவுகளை இறுதி செய்து அதிலிருந்து பதினைந்து நாட்களில் அவன் அதில் பழக பயிற்சிகளை ஆரம்பித்து விடலாம் என்று மருத்துவர் நம்பிக்கையூட்டினார். பரிசோதனைகள் ஆலோசனைகள் எல்லாம் முடிந்து அவர்கள் புறப்படுகையில் "உங்களுக்குத் தகவல் வந்ததா? இந்த முறை காயம் அடைந்தவர்களுக்கு விருதுகள் வழங்குவது பற்றி அரசாங்கம் தீவிரமாக பரிசீலித்து வருவதாகவும், தலைமையகத்திலிருந்து பரிந்துரைக்கப்பட்ட பட்டியலில் உங்கள் பெயர் முக்கிய இடம் பெற்றுள்ளதாகவும் செய்திகள் அடிபடுகின்றன; தெரியுமா? அட்வான்ஸ் கன்க்ராட்ஸ்" என்று அவனை வாழ்த்தினார். "நீங்கள் சொல்லித்தான் தெரியும், நன்றி" என்று இயல்பாய் சொல்லிவிட்டு அவர்கள் விடை பெற்றனர்.

அன்றிரவும் மறு நாள் முழுவதும் அநேகமாக அவர்கள் இருவருடைய உரையாடலையும் விருது விஷயமே ஆக்கிரமித்திருந்தது. ஜெயந்த் இந்த விஷயத்தில் எவ்விதச் சலனங்களுமின்றி நிதானமாய் அவளுடன் பகிர்ந்து கொண்டான். ஜெயந்தின் தீர்க்கமான, ஆழமான, சமூக வெளி சார்ந்த பிரதிபலிப்பின் நியாயங்கள் விவசாயப் பாரம்பர்யத்திலிருந்து வந்திருந்த சுமதிக்கும் புரிந்தது. ஆனால் அதன் தீவிரமும் வேகமும் அவள் எதிர்பார்த்திராதது. சீருடை நிர்ப்பந்தம் மாத்திரம் இல்லாதிருந்தால் ஜெயந்த் நிச்சயம் சிங்கூரில் சக விவசாயிகளுடன் களம் கண்டிருப்பான் என்பது அவனுடைய வாதங்களிலிருந்து அவளுக்குப் புரிந்தது. பதினைந்து வருஷங்கள் தேசத்தின் பாதுகாப்புக்காய் ஈடுபட்டிருந்த உத்வேகமே ஜெயந்தை இயல்பாய் விவசாயிகள் பிரச்னையையும் தேச நலன் மற்றும் முன்னேற்றத்திற்கு இன்றியமையாத பிரச்னையாக அடையாளம் காண உந்துகிறது

என்பதும் அவளுக்குப் புரிந்தது. கையில் கிடைத்திருக்கும் ஒரு அஸ்திரத்தை விரயமாக்காமல் போராடும் விவசாயிகளுக்கு ஆதரவாய் பயன்படுத்தத் துடிக்கும் அவனுடைய பொதுநல ஆர்வ ஈடுபாட்டுக்கு அணைபோடுவதோ தடுப்பதோ அவளுக்கு நியாயமாகத் தெரியவில்லை. எனவே ஜெயந்துடைய முடிவுகளுக்கு ஆட்சேபணைகள் எதுவும் சொல்லாமல் அவனுடைய தீர்மானத்துக்கே விட்டு விட்டாள். ஆனால் “மாமா, மகேஷ்” என்று அவள் சிறிதாக ஆரம்பித்த போது ஜெயந்த் உறுதியாக “சில விஷயங்கள் நம் இருவரின் பரிசீலனைக்கு மாத்திரமே; அதில் இந்த விருதும் அடங்கும்” என்று சொல்லி அப்பாவைத் தன்னால் புரியவைத்து உடன்பட வைக்க முடிமென்பதையும் உறுதியாகக் கூறி விட்டான். அதன் பின் விருது விஷயத்தை அநேகமாக சுமதி அலட்டிக் கொள்ளவேயில்லை.

பத்துத் தினங்கள் கழித்து ஜெயந்துக்கு “விஷிஸ்ட் சேவா மெடல்” விருது வழங்க இருக்கும் செய்தி கர்னலின் கடிதத்துடன், தலைமையக உத்தரவின் நகலும் இணைத்து அவனுக்கு வந்து சேர்ந்தது. படித்து விட்டு மெல்லிய நகையுடன் சுமதியிடம் தந்தான். சுமதி வாங்கிப் படித்து அவனிடம் திரும்பத் தரும் பொழுது சமையலறையிலிருந்து குக்கர் பெரிய விசில் சத்தத்துடன் அவளை அழைத்தது. விரைந்து அவள் குக்கர் அருகே வந்த போது முன்னிலும் விரைவாய், அதி வேகமாய் நேரமெடுத்து அவள் முகத்தில் ஆவியை விசிறி குக்கர் விசிலடித்து நின்றது, அவள் அடுப்பை அணைத்தாள்.

சற்று நேரம் நாற்காலியிலேயே கண்களை மூடி யோசனையில் ஆழ்ந்திருந்தவன், சுமதியிடம் தன்னுடைய அலுவல் முத்திரை கடிதத் தாள்களை (Letter head) தரச் சொல்லி எழுத ஆரம்பித்தான்.

மதிப்பிற்குரிய கர்னல் அவர்களுக்கு,

அரசாங்கமும் தலைமையகமும் எனக்குத் தர இருக்கிற அங்கீகார விருது பற்றிய தங்கள் கடிதம் கிடைத்தது. இது குறித்த என் நிலைபாட்டையும் உணர்வுகளையும் தங்களுக்குத் தெரியப் படுத்த விரும்பி இந்தக் கடிதம் எழுதுகிறேன். தங்களுடைய பரபரப்பான மணித்துளிகளுக்கு மத்தியில் இதற்காய் கொஞ்சம் நேரம் ஒதுக்க வேண்டுகிறேன்.

இந்திய இராணுவத்தில் நான் என்னை இணைத்துக் கொண்டது நிச்சயமாய் ஒரு விபத்தாய் அல்ல; ஆனால் அது தற்செயலானது.

நான்கு சுவர்களுக்குள், நாற்காலியும் மேஜையும் சிறைப் படுத்தும் பணி நிலவரங்கள் நிச்சயமாய் என் இயல்புக்கு ஒவ்வாதவை என்பதை முதலிலேயே தீர்மானித்திருந்ததால் களப்பணி வேலைகளுக்கு முன்னுரிமை கொடுத்து முயன்று கொண்டிருந்ததில் முதல் வாய்ப்பாகக் கிடைத்த இராணுவத்தில் வந்து சேர்ந்தேன். இந்தப் பதினைந்து வருஷங்களில் இந்த சீருடையை நான் நேசித்திருக்கிறேன். அதற்கு உண்மையாகவும் அதற்குரிய மரியாதையோடும்தான் போரானாலும் சமாதானமானாலும் களமானாலும் கட்டிடங்களுக்குள் என்றாலும் என் கடமைகளை நிறைவேற்றியிருக்கிறேன். பணி வாழ்வில் சம்பளம், தேவைகள் என்பதை தாண்டி முழுமையும் நிறைவுமான ஒரு காரிய சித்தனாகவே என் நாட்களை நடத்திச் சென்ற நிறைவு எப்பொழுதும், தற்காலிக ஊனமான இப்பொழுதும் உண்டு.

மிகவும் முக்கியமான அடிப்படைத் தேவையாக யுத்தங்களுக்காகவே ஒரு வீரன் உருவாக்கப் படுகிறான்; மெருகேற்றப் படுகிறான். யுத்த களம்தான் அவனுடைய பிரதான உறைவிடம்; சீருடைதான் இயல்பாய் அவன் உடல் மறைப்பது– உணர்வளிப்பது. இருப்பதும், களத்தில் போராடுவதும், தன்னையே இழப்பதும்தான் வீரனின் இயல்பும், இலக்கணமும், கடமையும். அமைதியின் நாட்களில் அவன் சற்றே இளைப்பாறலாம். யுத்தத்திற்கான தயாரிப்பே அமைதி என்பதும் அமைதிக்கான உத்தரவாதமே யுத்தம்தான் என்பதுமான புரிதலோடும்தான் அந்த இளைப்பாறுதல். இப்படி ஒரு வீரனின் கடமை வரிகளில் இழப்பும் இறப்பும் இணைந்தே இருக்கின்றன என்ற உண்மையை உணராமல் வீரனாகவே முடியாது; அவனால் யுத்த களத்தில் காலூன்றவும் முடியாது.

இப்படித்தான் என் வருஷங்களை நான் முடித்திருக்கிறேன். இறுதியாக எனக்கு முடிந்து போன களத்திலும் இருந்தேன். ஒரு சிறிய – சற்று வலிதான – இழப்புடன் இப்பொழுது ஓய்ந்திருக்கிறேன். உண்மையாய் என் கடமையை நிறைவேற்றிய திருப்தியோடு மகிழ்வோடு ஓய்ந்திருக்கிறேன். பங்கு கொண்ட கடைசிக் களம் ஒரு கேந்திரமான வெற்றியின் துவக்கமாய் அமைந்ததில் இன்னும் அதிக திருப்தியுடனும் இருக்கிறேன். இந்த மன நிறைவோடு பரபரப்பான இராணுவத்திற்கும் என் சீருடைக்கும் விடை கொடுக்க விரும்புகிறேன். என்னுடைய திருப்தியான இந்த மன நிலவரத்திற்கு இப்பொழுது பரிந்துரைக்கப் பட்டிருக்கின்ற இந்த

விருது மேலும் மெருகூட்டுமா இல்லையா என்கிற விவாதங்களுக்குள் எல்லாம் நான் போக விரும்பவில்லை. எந்த விருதுகளை எதிர்பார்த்தும் இந்த ஊனம் ஏற்படவில்லை என்பதை மாத்திரம் உறுதிபடக் கூற விரும்புகிறேன்.

ஒரு சராசரியான இந்திய விவசாயக் குடும்பத்திலிருந்து வந்தவன் நான். அதன் கனவுகளோடும், கவலைகளோடும், மகிழ்ச்சியோடும், துயரத்தோடும், லாப நஷ்டங்களோடும், இழப்புகளோடும் இணைந்து வளர்ந்தவன் நான். இந்திய விவசாயத்தின் அவிழ்க்க முடியாத முடிச்சுகள் குறித்த நெருடல்களை பள்ளிப் பருவத்திலிருந்தே உள் வாங்கியவன். இடு பொருட்களுக்கும் விளை பொருட்களின் விலைக்கும் ஒரு உத்தரவாதமும் நியாயமும் இல்லாத போராட்டத்தில் உழலும் விவசாயிகளை அருகிலிருந்து கவனித்தவன். எந்த எதிர்பார்ப்புகளும் நிர்ப்பந்தமும் இல்லாமல் தனக்குத் தெரிந்தது வயலும் பயிரும்தானென்கிற இயந்திரகதியான இயக்கத்தில் இருக்கும் இந்திய விவசாயியை சற்றேனும் நிமிர வைக்க முடியுமா என்ற உறுத்துதல்களின் விடையாகவே இராணுவம் வந்து சேர்ந்தேன். சிறிது காலம் ஒரு மாற்றுப் பணியில் ஒரு பாதுகாப்பான சேமிப்பை உத்தரவாதம் செய்துவிட்டு எல்லா நவீன சாத்திய முனைப்புகளோடும் விவசாயத்தில் சாதித்து மற்றவர்களையும் கடன் சுமையெனும் களேபரத்திலிருந்து விடுவிக்க வேண்டும் என்ற திட்டத்தோடுதான் இராணுவத்திலிருந்து என் ஓய்வு நோக்கி நான் விரைந்து கொண்டிருந்தேன்.

ஆனால் தேசத்தின் நிகழ் செய்திகள் என்னை நிம்மதி இழக்கச் செய்து விட்டன. விடுதலை பெற்ற இந்த எழுபது ஆண்டுகளில் இல்லாத அளவுக்கு தலைநகர் டெல்லியை நம் விவசாயிகள் நடுக்கும் குளிரிலும் மழையிலும் முற்றுகை இட்டுள்ளனர். அவர்களுடைய இந்த யுத்தம் நியாயமா என்ற கேள்வியே அர்த்தமற்றது; வஞ்சகமானது. மனச்சாட்சியை அடகு வைக்க முடியாத ஒரு தேசத்தின் குடி மகனாய் இதை நான் பிரகடனம் செய்கிறேன். இந்த விவசாயிகள் வயலில் இறங்காமல் களத்தில் நிற்கும் எந்த வீரனுக்கு ரொட்டி கிடைக்கும்? ஒரு வீரனின் சீருடையும் துப்பாக்கியும் எப்படி விவசாயிகள் உள்ளிட்ட எல்லாக் குடிகளுக்கும் பாதுகாப்பின் உத்தரவாதமாய் முன் நிற்கிறதோ அப்படியே ஒவ்வொரு விவசாயியும் வீரர்கள் உள்ளிட்ட எல்லாக் குடிகளுக்காகவும் வயல்வெளியில் தன் இரத்தத் துளிகளை வேர்வையாய் சிந்துகிறான். அவனுடைய விளைபொருட்களுக்கு

குறைந்த பட்ச உத்தரவாதச் சந்தையை மறுத்து, அதைப் பறித்து, அலங்கார வார்த்தைகள் அம்பலப் படுத்தும் குரூரச் சட்டங்களால் தனி முதலாளிகள், பெரு நிறுவனங்களுக்கு தாரை வார்ப்பது எந்த விதத்தில் நியாயம்?

சீருடை அணிந்த வீரனின் இந்தக் கேள்விகள் இராணுவத்தின் விதிகளுக்குப் புறம்பான அரசியலாகக் கருதப்படலாம். ஆனால் ஒவ்வொரு வீரனும் பிரதானமாய் தேசத்தின் குடிமகன் என்ற பெருமையில்தான் உயிரையும் பறிக்கும் இந்த இராணுவ சீருடைக்குத் தயாராகிறான் என்பதை மறுக்க முடியாது. வரலாற்றிலும், இன்றும் எத்தனையோ யுத்த களங்களில் நிற்கிற கூலிப் படைகளல்ல *(ARMED PROFFESIONALS)* இந்திய இராணுவம் என்பதை நீங்கள் ஏற்றுக் கொள்வீர்கள் என்று நம்புகிறேன். அந்த துணை இராணுவ வீரர்களை தங்களின் முக்கியமான சக குடிமகனாகிய விவசாயிக்கு எதிராக நிறுத்துவதும், வீதிகளில் முள்வேலிகளை நடுவதும், குழிகள் தோண்டி பாதுகாப்பு அரண்கள் ஏற்படுத்தி தலைநகரின் சமூகவெளியை ஒரு யுத்தகளமாகவே உரு மாற்றியிருப்பதையும் என்னால் ஜீரணிக்க முடியவில்லை. எழுபது ஆண்டுகளாக எல்லையே நிர்ணயிக்க முடியாத பரந்த பனி சொரியும் அந்த அவாந்தரவெளியில் இன்னமும் போராடிக் கொண்டிருக்கிற நாம், நம் தலைநகரில் முள்வேலிகள் அமைத்து நம் மக்களையே தடுப்பது சட்டம், ஒழுங்கிற்காகத்தான் என்பதை என் மனம் ஏற்க மறுக்கிறது. நம் அருமை விவசாயச் சகோதரர்கள் திறந்தவெளியிலும் பனியிலும் மழையிலும் நிராயுதபாணிகளாய்த்தான் நிற்கிறார்கள். எந்த யுத்தமானாலும் ஒரு தர்மம் வேண்டுமே?

மனம் உறுத்தும் இந்தக் களேபர நிலவரங்களில் ஒரு விவசாயியின் மகனாய், சகோதரக் குடிமகனாய், நாளைய நம்பிக்கை விவசாயியாக, ஓய்வு பெறப் போகும் நல்ல வீரனாகவும் கூட என்னால் இந்த விருதை, அங்கீகாரத்தை நினைத்தும் கூடப் பார்க்க முடியவில்லை. மன்னிக்கவும் - என் சக விவசாய சகோதரர்களுக்காக இந்த சீருடையுடன் என்னால் செய்ய முடிவது இதுதான். எதிர்வினையில் இது மிகச் சிறிய துளிதான் என்றாலும் நதியின் பிரவாகமும், சமுத்திரமும் அதன் ஆழமும் மிகப் பெருவாரியான சிறு துளிகளின் சங்கமம்தான். பதினைந்து வருஷங்களான அர்ப்பணிப்பும் ஈடுபாடுமான சேவையே எனக்குப் பெரிய விருது; அது போதும். ஓய்வு பெற்று தொடரப் போகும்

அடுத்த பணிக்கும், ஒட்டுமொத்த விவசாயிகளின் நியாயமான போராட்டத்திற்கும், எதிர்காலத்திற்கும் என்னுடைய இந்தச் சிறிய புறக்கணிப்பு சிறிய நம்பிக்கையை விதைக்கும் என்ற எதிர்பார்ப்புகளுடன், இராமனுக்கு அணில் போல, விருதை மறுக்கும் என்னுடைய இந்த விண்ணப்பத்தை ஏற்றுக் கொள்ள வேண்டும் என்று மிக்க பணிவுடன் வேண்டிக் கொள்ளுகிறேன்.

நன்றியுடன்,

தங்கள் உண்மையுள்ள,

நடுங்கும் கரங்களுடனும், பாரம் விலகிய மனநிறைவுடனும், முடிந்ததைச் செய்தோம் என்ற திருப்தியுடனும் ஜெயந்த் கையெழுத்திட்டான்.

சரிபார்க்க அவளிடம் தந்த பொழுது, படித்துவிட்டு சுமதி "கிரேட்" என்றாள். "கால் போன கையோடு பேனா வந்துருச்சா என்ன? விவசாயம் செய்றத விட விவசாயம் பத்தி எழுதலாம் போல இருக்கே" என்றவளின் கண்கள் மெலிதாய் கலங்கின. "மை ரெவிலூயூஸனரி இன் யூனிஃபார்ம்" (என் சீருடைப் புரட்சியாளனே) என்று அவன் தலை முடிகளைக் கலைத்து சீண்டினாள்.

★★★★

கைய்யிலிருந்த பத்திரிகையில் கவிந்திருந்த சர்மாவின் கண்கள் பனித்திருந்தன. கண்ணாடியைக் கழற்றித் துடைத்து மறுபடியும் மாட்டிக் கொண்டார். "*MAJOR CONTINUING WAR AT SOCIAL FRONT*" "சமூகவெளியிலும் யுத்தம் தொடரும் மேஜர்" என்ற தலைப்புடன், சக்கர நாற்காலியில் அமர்ந்திருக்கும் ஜெயந்தின் புகைப்படத்துடன், அவன் போராடும் விவசாயிகளுக்காக விருது மறுத்த செய்தியையும், அவனுடைய சுருக்கமான சரிதக் குறிப்புகளோடும் வந்திருந்த செய்தியைப் படித்து விட்டு உணர்ச்சி பொங்க அமர்ந்திருந்தார் சர்மா.

ஒரு புறம் மகன் தியாகம் குறித்த பெருமையும், மறு புறம் இழப்பின் வேதனையுமாக என்னவென்று சொல்ல இயலாத பரபரப்பில் இருந்தார். இவ்வளவு பெரிய விஷயம் தன்னிடம் பகிர்ந்து கொள்ளப்படவில்லை என்பதில் ஒரு சிறிய ஏமாற்றம். தான் சோர்ந்து விடக் கூடாது என்பதற்காக இந்த நிமிஷம் வரையிலும் தன் ஊனத்தை மறைத்த மகனின் தொலைநோக்கு. எல்லாம் சேர்ந்த கலவையில் "மீனாட்சி" என்று கடந்துபோன

துணையை தன்னோடு சேர்த்துக் கொண்டார். பேரன் வசந்தைப் பார்க்க மனம் துடித்தது.

வீட்டின் சுற்றுச் சுவரையொட்டி படர்ந்து வியாபித்திருந்த காற்றில் அசைவாடும் செம்பருத்திப் பூவில் களம் பதிக்க, மலரோடு போட்டி போடும் வர்ண ஜாலங்களில் உடுத்தியிருந்த ஒரு படபடக்கும் வண்ணத்துப் பூச்சி நடனமாடிக் கொண்டிருந்தது. தூரத்தில் நகரின் நிலையத்தில் வந்து நின்று ஹார்ன் எழுப்பி புறப்படும் இரயிலின் சத்தம் கேட்டது. பத்திரிகையை டீப்பாயில் வைத்தவர், வாசலில் சத்தம் கேட்டு நிமிர்ந்தார். கக்கத்தில் செய்தித்தாளை இடுக்கிக் கொண்டு சிதம்பரம், உடன் இன்னும் இரண்டு நண்பர்கள். சிதம்பரம் வாசலிலிருந்தே கூவினார். “சர்மா! ஜெயந்த் அசத்திட்டான்ம்பா. பேப்பர் படிச்சியா? டெல்லி போராட்டக் குழு வாழ்த்து சொல்லியிருக்காங்க. ஜெயந்தை நேர்ல சிங்கூருக்கு அழைச்சி கவுரவிக்கப் போறாங்களாம். தலைவர் ஃபோன் பண்ணார்ப்பா. சாய்ந்திரம் நேர்ல வாராறாம்” என்று சொல்லிக் கொண்டே சர்மாவின் அருகில் வந்து அவர் கரம் பற்றிக் குலுக்கினார்.

“ஈன்ற பொழுதில் பெரிதுவக்கும்” நிலவரத்திலிருந்த சர்மா மறுபடியும் மனதுக்குள் ‘மீனாட்சி’ என்று சேர்ந்து கொண்டார். திரும்பிப் பார்த்த போது கடமை முடிந்த திருப்தியுடன் அந்த வண்ணத்துப் பூச்சி அடுத்த மலருக்குத் தாவிக் கொண்டிருந்தது.

★★★

www.ingramcontent.com/pod-product-compliance
Lightning Source LLC
LaVergne TN
LVHW060115051026
849517LV00007B/2305
* 9 7 8 9 3 9 5 7 7 6 6 0 8 *